சே குவேரா புரட்சியாளர் ஆனது எப்படி?

ஆசிரியரின் பிற அரசியல் நூல்கள்

சே குவேரா
புரட்சியாளர் ஆனது எப்படி?

மருதன்

கிழக்கு

சே குவேரா புரட்சியாளர் ஆனது எப்படி?
Che Guevara Puratchiyalar Aanathu Eppadi?
by Marudhan ©

First Edition: December 2012
136 Pages
Printed in India.

ISBN: 978-81-8493-788-6
Title No. Kizhakku: 731

Kizhakku Pathippagam
177/103, First Floor,
Ambal's Building, Lloyds Road,
Royapettah, Chennai 600 014.
Ph: +91-44-4200-9601

Email : support@nhm.in
Website : www.nhm.in

Author's Email: marudhan@gmail.com
Cover & Inner Images : Wikimedia

Printed in India by Repro Knowledgecast Limited, Thane

Kizhakku Pathippagam is an imprint of New Horizon Media Private Limited

சமர்ப்பணம்

பெரியவர் ராமகிருஷ்ணனுக்கு

பொருளடக்கம்

மோட்டார் சைக்கிள் பயணம் - வரைபடம்

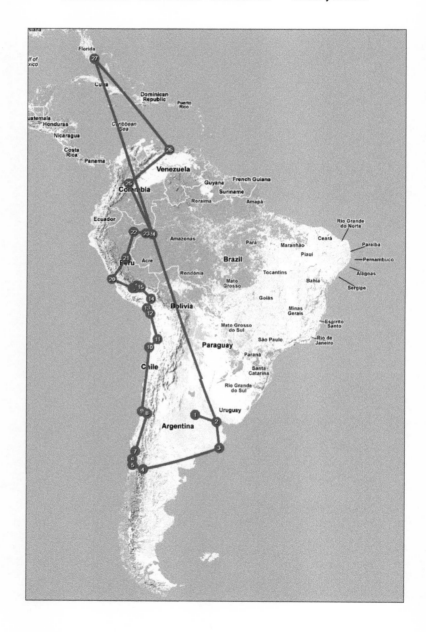

அறிமுகம்

I

இருபத்து மூன்று வயது எர்னஸ்டோ சே குவேராவும் இருபத்து ஒன்பது வயது ஆல்பர்ட்டோ கிரானடோவும் இணைந்து மேற்கொண்ட தென் அமெரிக்கப் பயணம் பற்றிய நினைவுக்குறிப்புகள் 'The Motorcycle Diaries' என்று அழைக்கப்படுகிறது. La Poderosa என்று பெயரிடப்பட்ட 1939 நார்டன் 500 சிசி மோட்டார் சைக்கிளில் தொடங்கிய இந்தப் பயணம் இருவருடைய வாழ்விலும் மறக்கமுடியாத ஓர் அத்தியாயமாகத் திகழ்ந்தது. எர்னஸ்டோ, ஆல்பர்ட்டோ இருவருமே அப்போது மருத்துவக் கல்லூரி மாணவர்கள். புத்தகங்கள் வாயிலாக மட்டுமே அறிந்திருந்த தென் அமெரிக்காவை நேரில் காணவேண்டும் என்னும் விருப்பம் கொண்ட இருவரையும் இந்தப் பயணம் இணைத்தது.

'Che Guevara: A Revolutionary Life' புத்தகத்தின் ஆசிரியர் ஜான் லீ ஆண்டர்சன், ஆல்பர்ட்டோவை, 'ஐந்தடி உயரம்கூட இல்லாத, பறவையைப் போல் வளைந்திருக்கும் மூக்கைப் கொண்ட, ஒரு கால்பந்தாட்ட வீரனுக்குரிய வலுவான கால்களைக்கொண்ட மனிதராகவும், நல்ல நகைச்சுவை உணர்வும், பெண்கள், ஒயின், இலக்கியம், ரக்பி குறித்து நல்ல ஞானம் கொண்டவராகவும்' இருந்ததாகக் குறிப்பிடுகிறார்.

1943ல் ஆல்பர்ட்டோ அப்போதைய அர்ஜெண்டினாவின் ராணுவத் தலைவரும் அரசியல்வாதியுமான ஜெனரல் ஜுவான் பெரோனை எதிர்த்து ஆர்ப்பாட்டங்களில் கலந்துகொண்டு ஓராண்டு சிறைத் தண்டனை அனுபவித்திருக்கிறார். எர்னஸ்டோ குவேராவை இந்தக் காலகட்டத்தில்தான் ஆல்பர்ட்டோ முதல் முறையாகச் சந்தித்தார். ஆஸ்துமா நோயாளியாக இருந்த எர்னஸ்டோவை அவருடைய குடும்பத்தினர் அப்போதுதான் அர்ஜெண்டினாவின் கார்டோபா மாகாணத்துக்கு அழைத்து வந்திருந்தனர்.

ஆல்பர்ட்டோவின் சகோதரர் டோமாஸ், எர்னஸ்டோவின் பள்ளியில் படித்து வந்ததால் இருவருக்கும் பழக்கம் இருந்தது. சிறையில் இருக்கும்

ஆல்பர்ட்டோவைக் காண டோமாஸ் சென்றபோது, எர்னஸ்டோவும் ஒருமுறை உடன் சென்றிருந்தார். இருவரும் அப்போதுதான் முதல்முறை யாக நேரடியாகச் சந்தித்துக்கொண்டனர்.

சிறையில் இருந்து விடுவிக்கப்பட்ட ஆல்பர்ட்டோ ஒரு ரக்பி அணியை உருவாக்கினார். அதில் எர்னஸ்டோ ஆர்வத்துடன் இணைந்துகொண்டார். விளையாட்டுத் தோழனாக அறிமுகமான ஆல்பர்ட்டோ விரைவில் எர்னஸ் டோவின் தோழனாகவும் மாறிப்போனார். ஆல்பர்ட்டோ, எர்னஸ்டோவை விட ஆறு வயது மூத்தவர் என்றபோதும், இலக்கியம், அரசியல், விளை யாட்டு என்று இருவரும் பொதுவாக உரையாட பல விஷயங்கள் இருந்தன.

பிறகு, பயணங்கள். அயல்நாடுகளுக்குச் செல்லவேண்டும், அங்குள்ள மக்களைப் பற்றி தெரிந்துகொள்ளவேண்டும், இயற்கை எழில் கொஞ்சும் மலைகளையும் ஏரிகளையும் பாலைவனங்களையும் உயர்ந்த கட்டடங் களையும் பழைமையான வரலாற்றுச் சின்னங்களையும் தரிசிக்கவேண்டும் என்று இருவரும் ஆர்வம்கொண்டிருந்தனர். முன்னதாக ஒரு குறும்பயணம் சென்றிருந்ததால் எர்னஸ்டோவுக்குப் பயணத்தின் ருசி நன்கு தெரியும். ஆனால், ஆல்பர்ட்டோ அர்ஜெண்டினாவையேகூட முழுமையாகக் கண்டிருக்கவில்லை. மோட்டார் சைக்கிள் பயணத்தின்போதுதான் இந்த உண்மையே எர்னஸ்டோவுக்குத் தெரியவந்தது.

ஆல்பர்ட்டோ பின்னர் ஓரிடத்தில் குறிப்பிடுவதுபோல், 'அறிவுபூர்வமான ஆர்வம், குறும்புத்தனமான நகைச்சுவை உணர்வு, கண்டங்களைச் சுற்றிவர வேண்டும் என்னும் நிலைகொள்ளா ஆவல்' ஆகிய அம்சங்கள் இருவரையும் நெருங்கிய நண்பர்களாக ஒன்றிணைத்தது.

சே குவேராவுடன் மோட்டார் சைக்கிள் பயணம் செய்தது எப்படி இருந்தது என்று பின்னர் ஒருறை நேர்காணலின்போது கேட்கப்பட்டபோது, ஆல்ப ர்ட்டோ அமைதியாகப் பதிலளித்தார். 'நன்றாகச் சுற்றினோம். அரசியல், வியாதிகள் என்று தொடங்கி இதுதான் என்றில்லாமல் எல்லாவற்றையும் பற்றி பேசிக்கொண்டே இருந்தோம். எங்கள் இருவருடைய சிந்தனை யோட்டமும் ஒன்றுபோலவே இருந்தது.'

1946ல் உயிர் வேதியியல் துறையில் எம்.எஸ்ஸி பட்டம் பெற்ற ஆல்பர்ட்டோ கிரானடோ, கார்டோபா பல்கலைக்கழகத்தில் சுகாதாரம் மற்றும் நோய்த் தொற்று அறிவியல் பிரிவின் தலைமை அதிகாரியிடம் மருத்துவ உதவியாளராக இணைந்துகொண்டார். தொழுநோயைத் தோற்றுவிக்கும் நோய்க்கிருமி குறித்து ஆர்வம் செலுத்திய ஆல்பர்ட்டோ, அடுத்த ஆண்டு ஒரு தொழுநோய் மருத்துவமனையின் இயக்குநராகப் பணியமர்த்தப்பட்டார். 1947 தொடங்கி 1951 வரை துறை சார்ந்த ஆய்வுகளில் கவனம் செலுத்தினார். இந்தக் காலகட்டத்தில் எர்னஸ்டோ அவ்வப்போது ஆல்பர்ட்டோவைச் சந்தித்து உரையாடுவது வழக்கம். பின்னர் பியூனஸ் அயர்ஸில் உள்ள ஒரு ஆய்வுக்கூடத்தில் இணைவதற்கு ஆல்பர்ட்டோவுக்கு உதவித்தொகை அளிக்கப்பட்டது.

எதற்காக இந்தப் பயணம் என்பதற்கு ஆல்பர்ட்டோ அளிக்கும் பதில் இது. 'உலகத்தைக் காணவேண்டும் என்று விரும்பினேன். ஆனால் அதற்கு முன்னால் பல்லாண்டுகளாக அவதிப்பட்டுக் கொண்டிருக்கும் என்னுடைய லத்தின் அமெரிக்காவை முதலில் பார்த்துவிடவேண்டும் என்று தோன்றியது. ஒரு சுற்றுலாப்பயணியைப்போல் நிலப்பரப்புகளைக் கண்டு, உல்லாசம் தேடி, வசதியாகச் சுற்றிவர விருப்பமில்லை. குறிப்பாக, ஒரு சாமானியப் பிரஜையாக, சுற்றிவர விரும்பினேன்.'

II

*1988*ல் ஜான் லீ ஆண்டர்சன் 'Guerillas' என்னும் புத்தகத்துக்கான ஆய்வுப் பணிகளில் ஈடுபட்டு வந்தார். மத்திய அமெரிக்கா குறித்து விரிவாக ரிப்போர்டிங் செய்துகொண்டிருந்த ஆண்டர்சனின் கவனம் தவிர்க்கவியலாத படி ஆயுதம் தாங்கிய குழுக்கள்மீது திரும்பியது. 'உலகில் அப்போது குறைந் தது நாற்பதுக்கும் மேலான ஆயுதம் தாங்கிய அமைப்புகள் இயங்கிவந்தன. ஒரு ரகசிய அமைப்பு இயங்கும் இடத்திலிருந்து இன்னொரு ரகசிய அமைப்பு இயங்கும் இடத்துக்குப் பயணம் செய்வது அப்போது சாத்தியமாக இருந்தது. நான் அப்படியொரு பயணத்தைத் தொடங்கினேன். உலகம் முழு வதிலும் செயல்படும் அமைப்புகளை ஒவ்வொன்றாகச் சென்று பார்த்தேன். எல் சல்வடார், மேற்கு சகாரா, காஸா, பர்மா, ஆப்கனிஸ்தான் என்று பல இடங்களுக்குச் சென்றேன்.'

மார்க்சிய லெனினியக் குழுக்கள் தொடங்கி அடிப்படைவாதக் குழுக்கள் வரை பலவும் இங்கு இயங்கி வந்ததை ஆண்டர்சன் கண்டார். மத நம்பிக்கை யாளர்கள் தொடங்கி கடவுள் மறுப்பாளர்கள்வரை பலரும் இத்தகைய குழுக்களில் இருந்தார்கள். இந்தக் குழுக்கள் ஒவ்வொன்றுக்கும் ஒரு தோற்றக் கதை இருந்தது. ஒவ்வொருவருக்கும் ஒவ்வொரு நோக்கம், ஒவ்வொரு எதிரி, ஒவ்வொரு சித்தாந்தம். அவர்கள் தியாகிகளை வணங்கினார்கள். உயிர் தியாகம் செய்வதை உயரிய மாண்பாக அவர்கள் உயர்த்திப் பிடித்தார்கள். அவர்கள் அத்தனை பேருக்கும் கதாநாயகர்கள் இருந்தார்கள். அவர்களை தங்களுடைய ரோல் மாடலாக அவர்கள் வரித்துக்கொண்டார்கள்.

'அவ்வாறு நான் சுற்றிக்கொண்டிருந்தபோது, சே குவேரா குறித்து அவர்கள் பேசிக்கொண்டிருந்ததைக் கண்டேன். ஐந்தாறு முறை தொடர்ந்து சே குவேரா குறித்து வெவ்வேறு அசாதாரணமான இடங்களில் உரையாடல் நிகழ்ந்ததைக் கண்டபோது, நான் சே குறித்து சிந்திக்கத் தொடங்கினேன். நினைவிருக்கட்டும், இது நடந்தது எண்பதுகளின் இறுதியில். சே கொல்லப்பட்டபோது எனக்கு பத்து வயதிருக்கும். அவருடைய படம் செய்தித்தாள்களில் வெளிவந்திருந்தது. மற்றபடி அவரைப் பற்றி எனக்கு எதுவும் தெரியாது. பின்னர் யோசித்துப் பார்த்தபோது, அவரைப் பற்றியும் வரலாற்றில் அவர் வகித்த பாத்திரம் பற்றியும் உண்மையில் எனக்கு எதுவும் தெரிந்திருக்கவில்லை.'

ஆண்டர்சன் தொடர்கிறார். 'சேவின் பொதுவாழ்வு குறித்து மிகக் குறைந்த அளவே தெரிந்துகொள்ளமுடிந்தது. ராணுவ ரகசியக் குறிப்புகளில்தான் சே குறித்த தகவல்கள் ஒளிந்துகிடந்தன. சே தொடங்கி வைத்த அல்லது அவரால் உத்வேகம் கொண்டு தொடங்கப்பட்ட பல ஆயுதம் தாங்கிய போராட்டக் குழுக்கள் ரத்த வெள்ளத்தில் மூழ்கடிக்கப்பட்டுவிட்டன. அதனால் சே குறித்து அறிந்துகொள்ள முயல்வதேகூட ஒரு வகையில் ஆபத்தானதாக இருந்தது.'

மற்றொரு பக்கம், சே ஒரு லட்சியக் கதாநாயகனாக மாறியிருந்தார். 'எல் சல்வடாரில் காட்டுப்பகுதியில் உள்ள ஒரு ஆயுதப் போராட்டக் குழுவில் இடம்பெற்றிருந்த ஓர் இளம்பெண் நினைவுக்கு வருகிறார். அவளுடைய பெற்றோர் வேறெங்கோ தலைமறைவாக வாழ்ந்துவந்தனர். அவர்கள் தன் மகளுக்கு கடிதம் எழுதும் ஒவ்வொருமுறையும் சே குவேராவின் பொன் மொழிகளைக் குறிப்பிட்டு எழுதுவார்கள். அந்த 16 வயதுப் பெண் தொடர்ந்து உற்சாகமாக இருக்கவும் உத்வேகத்துடன் செயல்படவும் சே குவேராவின் பொன்மொழிகள் உதவும் என்று அவர்கள் கருதினர். அவள் சே குவேராவைக் கிட்டத்தட்ட கடவுளைப்போலவே பாவித்து வந்தாள். மினசோட்டாவில் (அமெரிக்காவில்) உள்ள ஒரு பெண் ஒரு பாப் பாடகரையோ இளவரசரையோ குறித்துக் கொண்டிருக்கும் பிம்பத்துக்கு ஒப்பானது அது.'

அமெரிக்காவிலோ மேற்கத்திய உலகிலோ சே ஓர் ஆபத்தான உருவகம். மூன்றாம் உலக நாடுகளில் சே ஒரு கதாநாயகராக, கிட்டத்தட்ட வழி பாட்டுக்கு உரியவராக உயர்த்தப்பட்டுள்ளதைக் கண்டு பிரமிப்பு கொள்கிறார் ஆண்டர்சன். கெரில்லாக்கள் குறித்த புத்தகம் நிறைவடைந்தவுடன் சே குறித்த தேடல்களில் தன்னை முழுமையாக ஈடுபடுத்திக்கொண்டார் இவர். எர்னஸ்டோ சே குவேரா குறித்து இன்று பல்லாயிரம் புத்தகங்கள் பல மொழி களில் வெளிவந்துவிட்டன என்றாலும் ஆண்டர்சனின் நூல் அவற்றில் தனித்துவம் மிக்கதாகத் திகழ்கிறது. 'கிட்டத்தட்ட இயேசுநாதரைப்போல் சே குவேராவின் பிம்பம் மாறியிருந்ததைக் கண்டேன். இயேசுநாதரைப் போலவே அவர் நமக்காகவும் நம் பாவங்களுக்காகவும் உயிர் துறந்திருக் கிறார்.'

கடவுளாக்கப்பட்ட சே குவேராவைப்பற்றி முழுமையாக அறிந்துகொள்ள ஆண்டர்சன் சேவின் எதிரிகளைத்தான் முதலில் சந்திக்கத் தொடங்கினார். அப்படித்தான் இங்கிலாந்தில் பிராடோ சல்மோன் என்னும் பொலிவியத் தூதரைச் சந்தித்து உரையாடிக்கொண்டிருந்தார். பொலிவியாவில் சே குவேரா கைது செய்யப்பட காரணமாக இருந்தவர் இந்த சல்மோன். முப்பது ஆண்டுகள் கழிந்த நிலையில் இப்போது சல்மோன் சேவின் ரசிகராக மாறியிருந்ததை ஆண்டர்சன் கண்டார். சே குவேராவைச் சுட்டுக்கொன்ற படைக்குத் தலைமை தாங்கிய ஃபெலிக்ஸ் ரோட்ரிக்யூஸ் என்னும் க்யூப அமெரிக்கரின் வாழ்க்கை வரலாற்றை வாசித்தபோது இதே போல் ஆண்டர்சன் ஆச்சரியம் அடைந்தார். சே குவேராவை தான் நேசிப்பதாக அவர் தன் சரிதத்தில் ஒப்புக்கொண்டிருந்தார். சே குறித்து மேலும் மேலும்

வாசிக்கத் தொடங்கிய ஆண்டர்சன் இறுதியாக வந்தடைந்த முடிவு இது. 'சே அசாதாரணமானவர்.'

கொல்லப்படுவதற்கு பதினைந்து ஆண்டுகளுக்கு முன்னர் எர்னஸ்டோ குவேரா மோட்டார் சைக்கிள் பயணத்தை மேற்கொண்டிருந்தார்.

III

'சே பற்றிப் பேசுவது எனக்கு மகிழ்ச்சியளிக்கக்கூடிய ஒன்று!' என்றபடி பேசத் தொடங்குகிறார் ஃபிடல் காஸ்ட்ரோ. இக்னேஷியோ ரமோனெட் என்பவர் ஃபிடல் காஸ்ட்ரோவுடன் உரையாடித் தொகுத்த 'மை லைஃப்' நூலில் சே குறித்து நினைவுகூர்கிறார் காஸ்ட்ரோ. 'சேவின் மோட்டார் சைக்கிள் பயணம் குறித்து உங்கள் அனைவருக்கும் தெரியும். அர்ஜெண்டினாவில் படித்துக் கொண்டிருந்த காலத்தில் நாட்டின் உட்புறப் பகுதிகளில் தொடங்கிய அவரது பயணம் பொலிவியா, சிலி, பெரு உள்ளிட்ட பல இடங்களுக்கு நீண்டு சென்றது. ஆல்பர்ட்டோ கிரானடோவோடு இணைந்து பல மருத்துவமனை களுக்கு சே சென்றார். தொழுநோயாளிகள் குடியிருப்புகளுக்குச் சென்றார். அமேஸான் பகுதிகளில் மருத்துவர்களாக அவர்கள் பணியாற்றினார்கள். லத்தீன் அமெரிக்கா முழுவதும் சே பயணம் செய்தார். சிலியில் செம்புச் சுரங்கங்களின் வருந்தத்தக்க நிலையைக் கண்டார். அடகமாரா பாலை வனத்தைக் கடந்தார். பெருவில் மச்சு பிச்சு சிதிலங்களைக் கண்டார்... இந்த இடங்களில் வசித்த பழங்குடிகளைப் பற்றித் தெரிந்துகொண்டார். அவர்கள் மீது அதிகப்படியான ஆர்வம் செலுத்தினார்.'

க்யூபாவில் ஃபுல்ஜென்சியோ பாடிஸ்டா அரசாங்கத்துக்கு எதிராக ஃபிடல் காஸ்ட்ரோவின் தலைமையில் ஒரு கெரில்லா குழு ஜூலை 26, 1953 அன்று (ஜூலை 26 இயக்கம் என்று இது பின்னாளில் அழைக்கப்பட்டது) மொன்கடா என்னும் ராணுவத் தளத்தின்மீது தாக்குதல் தொடுத்தது. இதையடுத்து காஸ்ட்ரோ உள்ளிட்ட பலர் கைது செய்யப்பட, சிலர் க்யூபாவில் இருந்து தப்பி தலைமறைவாயினர். ஆண்டானியோ நிகோ, லோபெஸ் மற்றும் சிலர் கவுதிமாலா சென்றனர். 'அப்போது சே அங்கிருந் தார். எங்கள் தோழர்களை அவர் சந்தித்தார். அவர்களுடன் இணைந்து மெக்சிகோ சென்றார்.' மெக்சிகோவில்தான் முதல் முதலில் ஃபிடல் காஸ்ட் ரோவைச் சந்தித்தார் சே குவேரா. இந்தச் சந்திப்பு அவர்களை வாழ்நாள் நண்பர்களாக மாற்றியது.

'நான் சே குவேராவைச் சந்தித்தபோது அவர் ஏற்கெனவே ஒரு மார்க்சிஸ்டாக இருந்தார்!' என்கிறார் ஃபிடல் காஸ்ட்ரோ. 'அவர் எந்தக் கட்சியிலும் தன்னை இணைத்துக்கொண்டிருக்கவில்லை. உறுதியான நம்பிக்கையின் காரணமாக அவர் மார்க்சியத்தை ஏற்றுக்கொண்டிருந்தார்... சேவின் சிந்தனையோட்டம் என்னோடு ஒத்துப்போனதால் என்னால் அவருடன் சுலபமாக ஒன்றிணைய முடிந்தது.'

ஃபிடல் தொடர்கிறார். 'மக்களோடு அவரால் சுலபமாக ஒட்டிக்கொள்ள முடிந்தது. அது அவருக்கு ஒரு வரப்பிரசாதம். மிக இயல்பானவராக, எளிமையானவராக, தோழமை உள்ளம் கொண்டவராக சே இருந்தார்.'

மோட்டார் சைக்கிள் பயணம் முடிந்து மூன்று ஆண்டுகளில் ஃபிடல் சே சந்திப்பு நிகழ்ந்தது என்பதை வைத்துப் பார்க்கும்போது, ஃபிடல் அதிசயித்த இந்தப் பண்புகளை சே பெற்றதற்கும் மோட்டார் சைக்கிள் பயணத்துக்கும் தொடர்பு இருப்பதாகவே படுகிறது.

IV

அதே சமயம் மோட்டார் சைக்கிள் குறிப்புகளில் இருந்து அதில் பதிவாகி யிருப்பதைக்காட்டிலும் அதிகமான விளக்கங்களைத் தேடுவதும் குறியீடுகள் கண்டுபிடிப்பதும் அர்த்தமற்றது என்பதையும் நாம் புரிந்துகொள்ள வேண்டும். இயற்கையை நேசிக்கும், புதிய பகுதிகளைக் காணத் துடிக்கும், புதிய மனிதர்களைச் சந்திக்க விரும்பும், புதிய அனுபவங்களைப் பெற முயலும் ஒரு இளைஞனின் குறிப்புகளாகவே இவற்றை நாம் வாசிக்க வேண்டும். அதனால்தான், நாமறிந்த புரட்சியாளரான சே குவேராவின் பெயரோடு சேர்த்து எர்னஸ்டோ என்னும் பெயரும் இந்தப் புத்தகத்தில் பயன்படுத்தப்படுகிறது. மோட்டார் சைக்கிள் பயணத்தை மேற்கொண்டவர் சே குவேரா அல்ல, எர்னஸ்டோ குவேரா டி லா செர்னா.

மோட்டார் சைக்கிள் குறிப்புகளில் அழகியல் இருக்கிறது. இயற்கை வர்ணனைகள் இருக்கின்றன. அரசியல், சமூக, வரலாற்றுக் குறிப்புகள் இடம்பெறுகின்றன. அவர் எழுதிய சில கடிதங்கள் இடம்பெறுகின்றன. எர்னஸ்டோவின் கனவுகளும் லட்சியங்களும் இடம்பெறுகின்றன. அதே சமயம், மிகச் சாதாரணமான விஷயங்களும்கூட இதில் பதிவாகியுள்ளன. ஒரு தேர்ந்த எழுத்தாளன் இந்தப் பகுதிகளை வெட்டி வீசியிருப்பான். எர்னஸ்டோ ஒரு தேர்ந்த எழுத்தாளன் அல்ல. அதேபோல், சமூகவியல் அறிஞனோ, தத்துவ ஆசிரியனோ, வரலாற்றாளனோகூட அல்ல. நாம் ஏன் லத்தீன் அமெரிக்காவை ஒருமுறை சுற்றிவரக்கூடாது என்று தற்செயலாகத் தன் நண்பனுடன் பேசத்தொடங்கி, நிஜமாகவே ஒருநாள் மோட்டார் சைக்கிளை எடுத்துக்கொண்டு புழுதி பறக்கும் சாலைகளில் ஓடத் தொடங்கிவிட்ட ஒரு துடிப்பான இளைஞர். பயணத்தைப் போலவே அமைந்துவிட்டன அவருடைய பதிவுகளும்.

'இந்த நூல் வாக்குமூலம் என்ற தன்மையைக் கொண்ட, தனிப்பட்ட முறையில் எழுதப்பட்ட நூல் ஆகும். எழுதப்பட்ட சொற்களை மட்டுமே தனது நிரந்தரமான ஒரேதுணையாகக் கொண்டு, எர்னஸ்டோ குவேரா டி லா செர்னா வெற்றிகரமாக உருவாக்கிக்கொண்ட, எஃகைப் போன்ற மனவலிமை மிக்க ஆளுமையை நாம் அறிந்துகொள்வதற்கு இது இன்றியமையாத நூல் ஆகும்... இந்த நாட்குறிப்பு ஒரு முழுமையான புரட்சியாள ராக அவர் வளர்ச்சியடைந்த காலத்தின் தொடக்கக் கட்டத்தைக் குறித்த

எழுத்துகளாகும்... (உண்மையில்) செம்மைப்படுத்தப்பட்ட வடிவத்தில் இது எழுதப்பட்டிருக்கவேண்டும். ஆனால் இது நடைபெறவில்லை. இதற்கான காரணங்களை உலகம் அறியும்.' - மத்திய அமெரிக்கப் பயண நாட்குறிப்புகளுக்கு சேவின் அந்தரங்க ஆவணக் காப்பகம் வழங்கிய முன்னுரையின் ஒரு பகுதி இது. இந்த அறிமுகம் மோட்டார் சைக்கிள் பயணத்துக்கும் கச்சிதமாகப் பொருந்துகிறது.

செம்மைப்படுத்தப்பட்ட வடிவம் அல்ல என்றபோதும் இந்தப் பயணக் குறிப்புகளை ஏன் ஒருவர் வெளியிடவேண்டும்? ஏன் அவற்றை நாம் வாசிக்கவேண்டும்? ஏனென்றால், 'நமது மாபெரும் அமெரிக்கக் கண்டத்தின் ஊடாக அவர் மேற்கொண்ட பயணங்களின் முக்கியமான நிகழ்வுகளை விவரிக்கும் இக்குறிப்புகள் தம்மளவில் மதிப்பு வாய்ந்த வரலாற்று ஆவணங்களாகத் திகழ்கின்றன. எனவே, வெளியிடப்படுவதற்கு உரிய தகுதியை அவை பெற்றிருக்கின்றன.'

இந்தப் புத்தகம், எர்னஸ்டோவின் மோட்டார் சைக்கிள் டைரி குறிப்புகளைக் கொண்டு கட்டமைக்கப்பட்டுள்ளது என்றபோதும் அவருடைய குறிப்புகளைக் கடந்தும் பயணம் செய்கிறது. ஜான் லீ ஆண்டர்சன், ஆல்பர்ட்டோ கிரானடோ, கார்லோஸ் காலிகா ஃபெரர், ஃபிடல் காஸ்ட்ரோ உள்ளிட்டோரின் எழுத்துகளும் பேட்டிகளும் பொருத்தமான இடங்களில் பயன்படுத்தப்பட்டுள்ளன.

ஸ்பானிஷ் மூல மொழியில் இருந்து ஆங்கிலத்தில் மொழிபெயர்க்கப்பட்ட 'தி மோட்டார் சைக்கிள் டைரிஸ்' இதன் முதன்மை ஆதாரம். எஸ். பாலச்சந்திரன் அழகிய தமிழில் இதனை மொழிபெயர்த்துள்ளார். சே குவேராவின் பிற பயணக் குறிப்புகளோடு சேர்த்து, 'கனவிலிருந்து போராட்டத்திற்கு' என்னும் தலைப்பில் விடியல் பதிப்பகம் இதனை வெளியிட்டுள்ளது. இத்துடன் இணைத்து வாசிக்கவேண்டிய பிற நூல்களின் பட்டியல் புத்தகத்தின் இறுதியில் இடம்பெற்றுள்ளது.

தமிழ்பேப்பர் டாட் நெட் இணைய இதழில் வெளியான தொடரின் விரிவாக்கப்பட்ட, செழுமைப்படுத்தப்பட்ட வடிவம் இது.

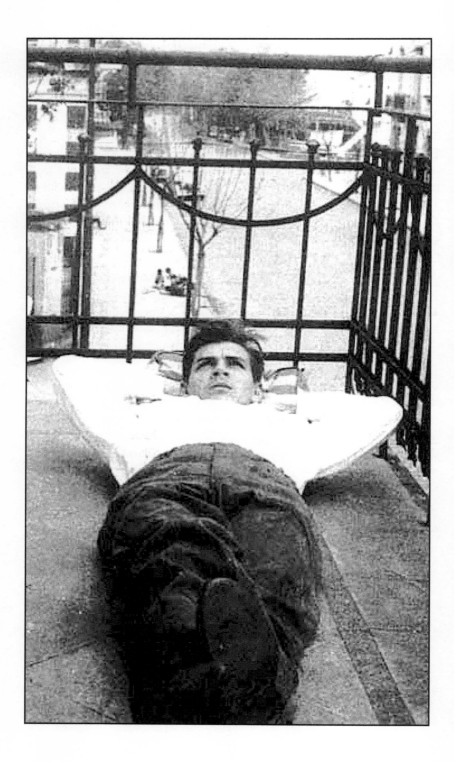

ஊர்சுற்றி

1

கார்லோஸ் 'கலிகா' ஃபெரர் முதல் முதலில் எர்னஸ்டோ குவேரா டிலா செர்னாவைச் சந்தித்தது ஒரு பிறந்த நாள் விழாவில். யாருடைய பிறந்த நாள் விழா, எங்கே, எப்போது போன்ற விவரங்கள் கலிகாவின் நினைவில் இல்லை. 'எங்களைப் பிடித்து இழுத்துச்சென்று குளிப்பாட்டி, தலை சீவி, மடிப்பு கலையாத உடைகள் உடுத்தி வழக்கமாகக் கூட்டிச் செல்லும் ஒரு விழா அது... எர்னஸ்டோவையும் அப்படித்தான் அழைத்து வந்திருப்பார்கள். 'வா, டாக்டர் ஃபெரரின் மகனைப் பார்க்கப் போகிறாய், நீங்கள் இருவரும் நண்பர்களாகலாம்' என்று அவனிடம் சொல்லியிருப்பார்கள். அப்போது அப்படித்தான். உங்கள் நண்பனின் பெற்றோரையும் நீங்கள் நண்பர்களாக்கிக்கொள்ளவேண்டும்.'

கலிகாவின் குடும்பமும் எர்னஸ்டோவின் குடும்பமும் நட்புடன் பழக ஆரம்பிப்பதற்கு கலிகாவின் அப்பா ஒரு ஆஸ்துமா நிபுணர் என்பதும் ஒரு காரணம். எர்னஸ்டோவைக் கவனித்துக்கொண்டவர் அவரே. 'அவரது நல்ல சிகிச்சையாலோ அல்லது நல்ல வானிலை காரணமாகவோ எர்னஸ்டோ குணமாக ஆரம்பித்தான்.'

1932ல் அர்ஜெண்டினாவில் கார்டோபா மாகாணத்தில் அமைந்துள்ள ஆல்டா கிரேசியா என்னும் மலைப் பிரதேசத்துக்கு எர்னஸ்டோவின் குடும்பம் குடிபெயர்ந்தது. அப்போது எர்னஸ்டோவுக்கு நான்கு வயது. ஆஸ்துமாவால் தீவிரமாக பாதிக்கப்பட்டிருந்த எர்னஸ்டோவைப் பரிசோதித்த பியூனஸ் அயர்ஸ் மருத்துவர் சிறிது காலம் மலைப்பிரதேசமான கார்டோபா சென்று தங்குமாறு அவர்களைக் கேட்டுக்கொண்டார். நான்கு

மாதம் தங்கலாம் என்று முடிவு செய்துதான் அவர்கள் வந்திருந்தனர். ஆனால் அடுத்த 11 ஆண்டுகளை அவர்கள் அங்கேயே கழிக்கவேண்டியிருந்தது. கலிகா எர்னஸ்டோவோடு நெருங்கிப் பழங்கிய காலகட்டம் இது.

எர்னஸ்டோவின் அம்மா, செலியா (டி லா செர்னா) ஒரு 'குடும்பத் தலை வியாக' மட்டும் இல்லாமல், குழந்தைகளை வரவேற்று உபசரிப்பவராக, வலிமையானவராக, அறிவுபூர்வமாக விவாதிப்பவராக, நகைச்சுவை உணர்வு கொண்டவராக இருந்ததை கலிகா குறிப்பிடுகிறார்.

எர்னஸ்டோவுக்கு இரண்டு வயது இருக்கும்போது, அவனை அழைத்துக் கொண்டு கடற்கரைக்குச் சென்றிருக்கிறார் செலியா. குழந்தையைக் குளிக்க வைத்து, விளையாட்டு காட்டிவிட்டு வீட்டுக்குத் திரும்பியிருக்கிறார். எர்னஸ்டோவை உடனே ஆஸ்துமா பிடித்துக்கொண்டுவிட்டது. இது பற்றி செலியாவின் கணவர் எர்னஸ்டோ சீனியர் (எர்னஸ்டோ குவேரா லிஞ்ச்) செலியாவைக் கடிந்துகொண்டதாக கூறப்படுகிறது. எர்னஸ்டோவுக்கு ஆஸ்துமா வந்தது உன்னால்தான் என்று அவர் அடிக்கடி சண்டையிட்ட தாகவும் சிலர் பதிவு செய்திருக்கிறார்கள்.

'இது உண்மையா என்று தனிப்பட்ட முறையில் எனக்குத் தெரியாது. ஆனால் வேறு ஒரு விஷயத்துக்காக எர்னஸ்டோ சீனியரும் செலியாவும் சண்டை யிட்டுக்கொண்டதை நான் கண்டிருக்கிறேன்.' என்று கீழ்வரும் சம்பவத்தைக் குறிப்பிடுகிறார் கலிகா.

எர்னஸ்டோ வீட்டில் இல்லாத சமயம் அது. அவனைத் தேடி சலித்துப்போன எர்னஸ்டோ சீனியர் படபடவென்று வெடிக்க ஆரம்பித்தார்.

'என்ன காரியம் செய்திருக்கிறான் பார்! எங்கும் அவனைக் காணவில்லை. எல்லாம் உன் வளர்ப்பில் உள்ள பிரச்னை.'

அதே வேகத்தில் செலியாவிடம் இருந்து பதில் புறப்பட்டு வந்தது.

'பிறகு என்ன செய்யவேண்டும் என்கிறாய்? முட்டை ஓடுபோல் கவனமாக அவனைப் பாதுகாக்கவேண்டுமா? அங்கே போகாதே, அதைச் செய்யாதே, கவனம் கவனம் என்று அவன் பின்னாலேயே ஓடிக்கொண்டிருக்கவேண்டுமா?'

உறுதியான குரலில் சொன்னார் செலியா.

'நான் முடிவுசெய்துவிட்டேன். அவன் மற்ற குழந்தைகளைப் போலத்தான் வளர்வான்.'

பொத்திப் பொத்தி வீட்டுக்குள் பூட்டி வைப்பது அவன் வளர்ச்சியைப் பாதிக்கும் என்பதை செலியா நன்றாகவே புரிந்துவைத்திருந்தார். தன் கணவரின் எதிர்ப்பை மீறி அவர் எடுத்த திடமான முடிவு இது. 'இவரது முடிவு பொய்க்கவில்லை என்பதை எர்னஸ்டோவின் வாழ்க்கை நமக்கு உணர்த்துகிறது.' என்கிறார் கலிகா.

ஆஸ்துமாவைக் காரணம் காட்டி எந்தவொரு கடினமான சூழலில் இருந்தும் எர்னஸ்டோ தப்ப நினைத்ததில்லை. செலியாவிடம் இருந்த அதே மன

உறுதி, அதே பாறை மனம் எர்னஸ்டோவிடமும் இருந்தது. விளையாட்டு, சண்டை, சாகசம் எதிலிருந்தும் எர்னஸ்டோ பின்வாங்கவில்லை.

பல சமயங்களில் எர்னஸ்டோவால் படுக்கையைவிட்டு அகலவே முடியாது போய்விடும். அப்போது நண்பர்கள் வீட்டுக்குச் சென்று அவனைப் பார்ப் பார்கள். எதிர்பாராத சமயத்தில் திடீரென்று சுவாசிக்கத் தடுமாறுவான். நண்பர்கள் உதவுவார்கள். இன்ஹேலர் கருவி எப்போதும் அவனுடன் இருக்கும்.

எப்போது சோர்வடைவான், எப்போது சுருண்டு படுப்பான், எப்போது துள்ளியெழுவான் என்று யாராலும் யூகிக்கமுடியாது. ஆனால், ஒன்று நிச்சயம். நீச்சல், குதிரையேற்றம், கால்பந்து, கோல்ஃப், மலையேற்றம் என்று எதையும் எர்னஸ்டோ விட்டுவைத்ததில்லை.

'எர்னஸ்டோவின் பலம், விளையாட்டுகளில் உள்ள ஆர்வம், பெண் சிநேகிதர்களை ஈர்ப்பதில் அவனுக்குள்ள ஆற்றல் அனைத்தும் சேர்த்து அவனை ஓர் இயல்பான தலைவனாக உருமாற்றியிருந்தன.' என்று நினைவு கூர்கிறார் கலிகா.

செலியா குறிப்பிட்டதைப்போல் எர்னஸ்டோ மற்ற குழந்தைகளைப்போல இயல்பாகவே வளர விரும்பினான். விளையாடுவதையும், மூச்சு முட்ட மலையேறுவதையும், கட்டிப் புரண்டு பொய்ச் சண்டையிடுவதையும், வியர்க்க விறுவிறுக்க ஓடுவதையும் அவன் ஒரு மூர்க்கமான யுத்தமாகவே பாவித்து மேற்கொண்டிருக்கவேண்டும். தன்னை முடக்க நினைக்கும் ஆஸ்துமாவுக்கு எதிரான யுத்தம் அது.

ஒரு கட்டத்தில் இயல்பு வாழ்வுமேகூட எர்னஸ்டோவைச் சலிப்படைய வைத்துவிட்டது. புத்தகங்களைக் கடந்து, பெற்றோரின் அன்பைக் கடந்து, நண்பர்களைக் கடந்து, விளையாட்டுகளைக் கடந்து, பாதுகாப்பு வளையங் களைக் கடந்து விரிவாக உலகைக் காண விரும்பினான் எர்னஸ்டோ.

'என்னால் புரிந்துகொள்ள முடியாத பல விஷயங்கள் அவனிடம் இருந்தன. அவற்றைக் காலப் போக்கில்தான் என்னால் புரிந்துகொள்ளமுடிந்தது. பயணத்தின்மீது அவனுக்கு இருந்த வேட்கையானது புதியனவற்றைக் கண்டறிய வேண்டுமென்ற அவனுடைய விருப்பத்தின் இன்னொரு அம்சமே என்பதை அப்போது நான் உணரவில்லை.' மோட்டார் சைக்கிள் நாட்குறிப்புகள் நூலுக்கு எழுதிய முன்னுரையில் தன் மகன் குறித்து எர்னஸ்டோ சீனியர் பகிர்ந்துகொண்ட ஆச்சரியம் இது.

ராகுல் சாங்கிருத்யாயன் எர்னஸ்டோவுக்காகவே ஊர் சுற்றிப் புராணம் எழுதியதுபோன்ற தோற்றம் ஏற்படுகிறது. 'ஊர் சுற்றுவதைவிட மனிதனுக்கும் சமுதாயத்துக்கும் நன்மை செய்வது போன்ற சிறந்த செயல் வேறெதுவும் இல்லை. இந்த உலகமே ஊர் சுற்றிகளால்தான் உருவாக் கப்பட்டிருக்கிறது. அஞ்சாமை உள்ளவன்தான் ஊர் சுற்றி விரதம் கொள்ள முடியும். நீங்கள் யார் பேச்சையும் கேட்காதீர்கள். தாயின் கலங்கிய

கண்களிலிருந்து கொட்டும் கண்ணீரையோ தந்தையின் பயமுறுத்தலையோ தெரியாத்தனமாகத் திருமணம் செய்துகொண்ட மனைவியின் அழுகுரலையோ பொருட்படுத்தக்கூடாது... உலகில் மனிதப் பிறவி ஒரு தடவைதான் எடுக்கமுடியும். அதேபோல் இளமையும் ஒரே தடவைதான் வருகிறது. அஞ்சாமை நிறைந்த இளைஞர்களும் யுவதிகளும் இந்தக் கிடைத்தற்கரிய வாய்ப்பைத் தவறவிடக்கூடாது .'

எர்னஸ்டோ ஊர் சுற்ற ஆசைப்பட்டான். பயணம் ஏற்படுத்திக் கொடுத்த ருசி, எர்னஸ்டோவை அவனது தாயிடம் இருந்தும், தந்தையிடம் இருந்தும், நண்பர்களிடம் இருந்தும், காதலியிடம் இருந்தும் பிரித்து வைத்தது. எர்னஸ்டோ தனது எல்லைகளை விரிவாக்கிக்கொள்ள ஆரம்பித்தான். உலகம் எத்தனை பெரியது என்பதை பயணம் எர்னஸ்டோவுக்குக் கற்றுக் கொடுத்தது. ஒரு தெளிவான குறிக்கோளையும் அவனுக்குள் ஏற்படுத்தியது.

எர்னஸ்டோ சீனியரின் எழுத்துகளில் அதை வாசிக்கமுடிகிறது.

'ஏழை மக்களின் தேவைகளைப் புரிந்துகொள்ள வேண்டுமென்றால் உலகம் முழுவதும் பயணம் செய்யவேண்டும். அதுவும் இயற்கைக் காட்சியை ரசித்தவாறு அழகான புகைப்படங்களை எடுப்பதற்காக நிற்கும் சுற்றுலாப் பயணியாக அல்ல. அவன் செய்ததைப்போல, சாலையின் ஒவ்வொரு திருப்பத்திலும் எதிர்கொள்ளும் மனிதர்களின் துயரத்தைப் பகிர்ந்துகொள்பவனாகவும் அந்தத் துயரத்துக்கான காரணங்களைக் கண்டறிய முயல்பவனாகவும் இருக்கவேண்டும். அவனுடைய பயணங்கள் சமூக ஆய்வின் ஒரு வடிவமாக இருந்தன. எல்லாவற்றையும் தானே நேரில் காணவேண்டுமென்பதற்காக அவன் பயணம் செய்தான். அதே சமயத்தில் தன்னால் முடிந்தவரையில் மற்றவர்களின் துயரங்களைக் களைவதற்கு முயற்சி செய்தான்.'

எல்லாவற்றுக்கும் மேலாக, எர்னஸ்டோ குவேரா டிலா செர்னாவை பயணங்கள் சே குவேராவாக வளர்த்தெடுத்தன.

ஹிட்லர் முதல் மார்க்ஸ் வரை

பதினேழு வயது எர்னஸ்டோவின் பள்ளிச் சான்றிதழ், 'வெரி குட்', 'அவுட்ஸ்டாண்டிங்' போன்ற மதிப்பீடுகளைக் கொண்டிருந்தாலும், சக மாணவர்கள் எர்னஸ்டோவை அப்படியொன்றும் ஒரு பிரமாதமான படிப்பாளியாக அறிந்திருக்கவில்லை. விளையாட்டு, அரட்டை, கிண்டல், ஊர்சுற்றல் என்று மிக இயல்பான ஒரு எர்னஸ்டோவைத்தான் அவர்கள் அறிந்திருந்தனர். எப்பொழுதும் நம்முடன் சுற்றிக்கொண்டிருக்கும் எர்னஸ்டோ தேர்வுகளில் மட்டும் எப்படி நல்ல மதிப்பீடுகளைப் பெற்றுவிடுகிறான் என்று அவர்கள் வியந்திருக்கவேண்டும்.

வெளிக்காட்டிக்கொள்ளவில்லை என்றாலும் எர்னஸ்டோ புத்தகங்களை அபாரமாக நேசித்தார். செலியாவும் எர்னஸ்டோ சீனியரும் சேகரித்து வைத்திருந்த மூவாயிரத்து சொச்ச புத்தகங்கள் எர்னஸ்டோ மீது அழுத்தமான தாக்கத்தை ஏற்படுத்தின. ஆயிரத்தோரு இரவுகள், பாப்லோ நெருடாவின் கவிதைகள், பிராய்ட், ஜேக் லண்டன், அனடோல் பிரான்ஸ் என்று வாசிக்கத் தொடங்கினார். சுருக்கப்பட்ட கார்ல் மார்க்ஸின் மூலதனமும் கிடைத்தது. (ஆனால், அப்போது எனக்கு அதில் எதுவுமே புரியவில்லை!) எர்னஸ்டோவின் நண்பர் ஒருவர் நினைவுகூர்ந்தபடி, 'பேரார்வத்துடன் எர்னஸ்டோ புத்தகங்களை அணுகினான். வயதுக்கு மீறிய கனமான தலைப்புகளை அவன் வாசிப்பது தெரிந்தது.'

2

எர்னஸ்டோ தனது முதல் 'தத்துவ அகராதியை' உருவாக்க ஆரம்பித்திருந்தார். 165 பக்க கையெ

ழுத்துப் பிரதி அது. எழுத்தாளர்கள், தலைப்புகள் என்று வரிசைக்கிரமமாக விவரங்கள் திரட்டப்பட்டிருந்தன. ஒவ்வொன்றுக்கும் பக்க எண்கள் ஒதுக்கப்பட்டிருந்தன. கடவுள், இசை, பொன்மொழிகள், நம்பிக்கை, நீதி, மரணம், உல்லாசம், சாத்தான் என்று குறிப்புகள் விரிவடைகின்றன. ஆச்சரியமளிக்கும் வகையில், மார்க்சியம் பற்றிய குறிப்புகளை எர்னஸ்டோ, அடால்ஃப் ஹிட்லரின் மெயின் காம்ஃப் நூலில் இருந்து திரட்டியிருப்பதாக ஜான் லீ ஆண்டர்சன் தனது நூலில் குறிப்பிடுகிறார். யூதர்களும் கம்யூனிஸ்டு களும் 'ஒன்றிணைந்து சதி வேலைகளில் ஈடுபடுவது' பற்றிய ஹிட்லரின் குறிப்புகளை எர்னஸ்டோ தன் குறிப்பேட்டில் பதிவு செய்திருக்கிறார்.

ஹெச்.ஜி. வெல்ஸின் உலக வரலாற்றில் இருந்து அரிஸ்டாடில் மற்றும் புத்தர் பற்றிய குறிப்புகளை எடுத்தாண்டிருக்கிறார். காதல், நேசம், தேசப்பற்று, பாலியல் அறம் ஆகியவற்றுக்கு பெட்ரண்ட் ரஸ்ஸல் உதவியிருக்கிறார். நினைவாற்றல் பற்றிய பிராய்டின் கோட்பாடுகள் எர்னஸ்டோவைக் கவர்ந்திருக்கின்றன. சமூகம் பற்றி ஜேக் லண்டன் (லெனின் இறுதியாக ஜேக் லண்டனின் கதைகளையே வாசித்ததாக நதேஷ்தா குரூப்ஸ்கயா குறிப்பிடு கிறார்), மரணம் பற்றி நீட்ஷே எழுதியவற்றின் சாரம் எர்னஸ்டோவின் குறிப்பேட்டில் காணப்படுகிறது.

அடுத்த பத்தாண்டுகளில், எர்னஸ்டோ மேலும் ஆறு குறிப்பேடுகளை உருவாக்கினார். வாசிப்பு ஆழத்துக்கும் புதிய புரிதல்களுக்கும் ஏற்ப குறிப்புகள் திருத்தியமைக்கப்பட்டன. ஹிட்லரை நிராகரித்துவிட்டு, கார்ல் மார்க்ஸ், எங்கெல்ஸ், லெனின் ஆகியோரின் படைப்புகள்மூலம் மார்க்சியத்தை அணுகத் தொடங்கினார் எர்னஸ்டோ. ஜவாஹர்லால் நேருவின் எழுத்துகளில் இருந்து சில பத்திகளையும் எர்னஸ்டோ குறித்து வைத்துக்கொண்டார்.

வரலாறுமீது எர்னஸ்டோவுக்கு தீராத ஆர்வம் இருந்தது. தனது தந்தையின் அலமாரியில் இருந்த 'Contemporaray History of the Modern World' என்னும் இருபத்தைந்து பாகங்கள் கொண்ட புத்தகத் தொகுப்பை எர்னஸ்டோ சீராகப் படித்துத் தேர்ந்தார். அவரது நோட்டுப் புத்தகங்களில் இந்தத் தொகுப்பு குறித்து பல இடங்களில் குறிப்புகள் காணப்படுகின்றன. 'My Best Chess Games', '1937 Socialist Yearbook', 'The Manufacture and Use of Celluloid', 'Bakelite Etc' ஆகியவை அவருடைய அலமாரியில் இடம்பெற்ற சில நூல்கள். ஜூல்ஸ் வெர்னின் சாகசக் கதைகளை அவர் மிகவும் ரசித்தார். மூன்று தொகுதிகளில் தோல் அட்டையுடன்கூடிய வெர்னின் சிறப்புப் பதிப்பை அவர் போற்றிப் பாதுகாத்து வந்தார். பத்தாண்டுகள் கழித்து, க்யூபாவில் ஒரு கமாண்டராகத் திகழ்ந்தபோது, இந்தப் பதிப்புகளை அர்ஜெண்டினாவில் இருந்து தருவித்துக்கொண்டார்.

இலக்கியம், லத்தீன் அமெரிக்க எழுத்தாளர்களின் படைப்புகள் என்று எர்னஸ்டோவின் ஆர்வம் படர்ந்து பரவியது. தன்னால் நேரில் காணமுடியாத நாடுகளையும் சந்திக்கமுடியாத மக்களையும் இலக்கியத்தின் மூலம் எர்னஸ்டோ தரிசித்தார். கண்கள் மூடி கனவு கண்டார். அவர் பார்க்க

விரும்பியவை, புகை மூடிக் கிடக்கும் உல்லாசப் பிரயாணிகளுக்கான இடங்கள் அல்ல. மயக்கும் தொலைதூரத் தேசங்கள் அல்ல. அவர் கனவு கண்டது லத்தீன் அமெரிக்கா குறித்து.

ஓஸ்வால்டோ பிடிநோஸ்ட் என்னும் நண்பர் குறிப்பிடுவது போல், எர்னஸ்டோவின் லத்தீன் அமெரிக்கக் கனவு விரிவடைந்ததற்கு மற்றொரு காரணம் அவர் வீட்டுக்கு வருகை தரும் விருந்தினர்கள். பல்வேறு விதமான பின்னணி கொண்ட மனிதர்களையும் செலியா தன் வீட்டுக்கு வரவழைத்து, உபசரித்து, உரையாடி மகிழ்ந்தார். சில சமயம் ஈக்குவடாரில் இருந்து சில கவிஞர்கள் வந்திருப்பார்கள். கவிதைகள் பற்றிய சுவையான, காரசாரமான விவாதங்கள் நடைபெறும். சில சமயம், கல்லூரிப் பேராசிரியர்கள் வந்துபோவார்கள்.

எர்னஸ்டோ சீனியருக்கு இப்படிப்பட்ட 'அறிவார்ந்த உரையாடல்களில்' ஆர்வம் இருக்காது. தடதடக்கும் தனது இருசக்கர வாகனத்தை (La Pedorra) ஓட்டியபடி அவர் வெளியேறிவிடுவார். கலை, இலக்கியம், வரலாறு, சமூகம் என்று விரிவாக விவாதிக்கும் செலியாவின் ஆற்றலை எர்னஸ்டோ ரசித்துக் கொண்டிருப்பார். 'அவர்களுடைய வீடு ஒரு மனித மிருகக்காட்சி சாலைபோல் காட்சியளித்தது' என்கிறார் பிடிநோஸ்ட். எப்பொழுது சென்றாலும் ஏதாவதொரு விவாதம், அனல் பறக்கும் சண்டை அல்லது கவிதை வாசிப்பு. அன்றைய தினம் உணவு மேஜையில் எத்தனை பேர் கூடுவார்கள், எத்தனை பேருக்கு உணவு பகிர்ந்தளிக்கப்படும், விவாதத்தின் திசை என்ன என்பது ஒருவருக்கும் தெரியாது. 'உலகத்தின் வரவேற்பறை போல் அந்த வீடு காட்சியளித்தது.'

சில சமயங்களில், விருந்தினர்களின் தொடர் வருகைகளால் எர்னஸ்டோவின் வாசிப்பு தடைபடுவதும் உண்டு. பொறுக்கமுடியாமல் குளியலறைக்குச் சென்று கதவைப் பூட்டிக்கொண்டு மணிக்கணக்கில் வாசித்துக்கொண்டிருப் பார். வாழ்க்கை முழுவதும் நீடித்த பழக்கமாக இது மாறிவிட்டது.

1946ல் எர்னஸ்டோவின் பள்ளிப்படிப்பு முடிவுக்கு வந்தது. ஜூன் மாதம் தனது பதினெட்டாவது பிறந்த நாளை எர்னஸ்டோ கொண்டாடினார். தன் கல்லூரி படிப்பைத் தொடர்ந்துகொண்டே சாலை அமைக்கும் அரசு நிறுவனத்தில் பகுதி நேர வேலை செய்யத் தொடங்கினார். மண்ணின் தரத்தை அறிவதில் எர்னஸ்டோ நிபுணத்துவம் பெற்றதைக்கண்ட நிறுவனம், தனியார் நிறுவனங்கள் சாலை அமைக்கப் பயன்படுத்தும் மண்ணைச் சோதனை செய்யும் பணியை எர்னஸ்டோவுக்கு ஒதுக்கியது. தன் மகன் ஒரு பொறியியலாளராக உருவெடுப்பார் என்று எர்னஸ்டோ சீனியர் திடமாக நம்பிய காலகட்டம் அது. அவர் முன்னெடுத்துச் சென்ற கட்டுமான வேலை எதிர்பார்த்த லாபத்தைக் கொடுக்காததால் கையிருப்பு நிலம், வீடு என்று அடுத்தடுத்து சொத்துகளை விற்கவேண்டியிருந்தது. நீண்ட இடை வெளிக்குப் பிறகு குவேராவின் குடும்பம் பியூனஸ் அயர்ஸுக்குத் திரும்பி வந்தது.

ஆனால் எர்னஸ்டோவுக்கு வேறு கனவுகள் இருந்தன. அவர் ஒரு மருத்துவராக விரும்பினார். உண்மையில், ஒரு பொறியலாளராக மாறுவதற்கான படிப்பும் அனுபவமும்தான் அவரிடம் மிகுதியாக இருந்தன. இருந்தபோதும், 'ஒரு புகழ்பெற்ற கண்டுபிடிப்பாளராக மாற விரும்பினேன். மனித குலத்துக்குத் தேவைப்படும் மிக முக்கியமான ஒன்றைக் கண்டறிய வேண்டும் என்று கனவு கண்டேன்!' என்று கூறினார். உயிருக்குயிராக நேசித்த தனது பாட்டியைக் காப்பாற்ற நவீன மருத்துவம் தவறிவிட்டதால் அத்துறையில் ஏதேனும் குறிப்பிடத்தக்க சாதனை புரியவேண்டும் என்று அவர் முடிவெடுத்திருக்கலாம் என்று எர்னஸ்டோவின் குடும்பத்தினர் கருதுகிறார்கள். தன்னை வாட்டிக்கொண்டிருந்த ஆஸ்துமாவுக்கு தீர்வு காணும் நோக்கிலும் அவர் இத்துறையைத் தேர்ந்தெடுத்திருக்கக்கூடும். அல்லது பொதுவாக ஏதேனும் சாதிக்கவேண்டும் என்னும் விருப்பத்தின் நீட்சியாகவும் மருத்துவத்தை அவர் தேர்ந்தெடுத்திருக்கலாம் என்கிறார்கள் சிலர். எப்படியும் பொறியியல் துறையைக் காட்டிலும் மருத்துவமே அவருக்கு நெருக்கமானதாக இருந்தது.

மருத்துவக் கல்லூரியில் முதலாம் ஆண்டு படித்துக் கொண்டிருந்த சமயத்தில், ராணுவத்தில் பணியாற்றுவதற்கான கட்டாய அழைப்பு எர்னஸ்டோவுக்கு வந்தது. பரிசோதனை செய்து பார்த்தபோது அவருக்கு ஆஸ்துமா இருந்தது கண்டறியப்பட்டதால் அவர் விண்ணப்பம் நிராகரிக்கப்பட்டது. ஒருவேளை அவருக்கு ஆஸ்துமா இல்லாமல் இருந்திருந்தால் ஓராண்டை எங்காவது ஒரு ராணுவத் தளத்தில் பயிற்சிக்காக அவர் வீணடித்திருக்க வேண்டியிருக்கும். ராணுவம் தன்னை நிராகரித்ததை எர்னஸ்டோ உற்சாகமாக ரசித்தார். பழுதடைந்த தன் நுரையீரல்களுக்குச் சத்தம் போட்டு நன்றி கூறினார். 'ஒரு மாறுதலுக்கு, முதல் முறையாக அவை உபயோகமான ஒரு காரியத்தைச் செய்திருக்கிறது.'

டாக்டர் சல்வடோர் பிசானி என்பவரின் மருத்துவமனையில் ஆஸ்துமா பிரிவில் உதவியாளராகப் பணியாற்றத் தொடங்கினார் எர்னஸ்டோ. ஆஸ்துமா நோயாளிகளை அவர் கவனித்துக்கொண்ட முறையிலும் ஒவ்வாமை தொடர்பான ஆய்வில் செலுத்திய ஆர்வத்தையும் கண்ட பிசானி, எர்னஸ்டோவை சம்பளம் இல்லாத ஆய்வாளராகத் தன்னுடன் இணைத்துக் கொண்டார். பிசானி தான் கண்டறிந்த ஒருவித தடுப்பூசியைப் பயன்படுத்தி தன் நோயாளிகளின் ஆஸ்துமா தொல்லைகளைப் போக்குவதில் ஓரளவு வெற்றி பெற்றவர். எர்னஸ்டோவுக்கும் அவரே சிகிச்சை அளித்திருக்கிறார். பிசானியின் மருத்துவப் புலமையால் கவரப்பட்ட எர்னஸ்டோ ஒவ்வாமைத் துறையில் சிறப்புக் கவனம் செலுத்தி ஆய்வுகள் மேற்கொள்ள முடிவு செய்தார்.

வீட்டில், எர்னஸ்டோ சீனியருக்கும் செலியாவுக்கும் இடையிலான உறவில் விரிசல் ஏற்பட்டிருந்தது. பிரிந்துசெல்லும் முடிவில் அவர்கள் இருந்தனர். மூத்த மகனாக, வீட்டின் பொருளாதாரத் தேவைகளைப் பூர்த்தி செய்ய வேண்டிய பொறுப்பும் எர்னஸ்டோவுக்கு இருந்தது. ஒரே வீட்டில்

இருந்தாலும் தன் தந்தையும் தாயும் தனித்தனியே பிரிந்து வாழ்வது எர்னஸ்டோவைப் பாதித்தது. உணவு மேஜையில் தன் தந்தையைச் சந்திக்கும் போது கோபத்துடன் எர்னஸ்டோ சண்டையிடுவது வழக்கம். அப்போது எங்களைப் பார்ப்பவர்கள் எங்களை விரோதிகள் என்றுதான் நினைத்துக் கொள்வார்கள். ஓயாமல் நாங்கள் விவாதித்துக்கொண்டும் முரண்பட்டும் கிடந்தோம். ஆனால் அடியாழத்தில் எங்களிடையே நட்பு இருந்தது.' என்று நினைவுகூர்ந்தார் எர்னஸ்டோ சீனியர்.

எர்னஸ்டோவை அவரால் புரிந்துகொள்ளமுடியவில்லை. ஏன் அவன் மருத்துவனாக விரும்புகிறான்? எனில், ஏன் அவன் இலக்கியமும் வரலாறும் வாசிக்கிறான்? ஏன் அவ்வப்போது பயணங்கள்பற்றி குறிப்பிடுகிறான்? அவன் கனவு என்ன? அவன் தன்னை எப்படிப் பார்த்துக்கொள்கிறான்? என்னவாக மாற விரும்புகிறான்? 'உண்மையைச் சொல்லவேண்டுமானால், எர்னஸ்டோவை மனத்தளவில் நான் பின்தொடர்ந்து கொண்டிருந்தேன்.'

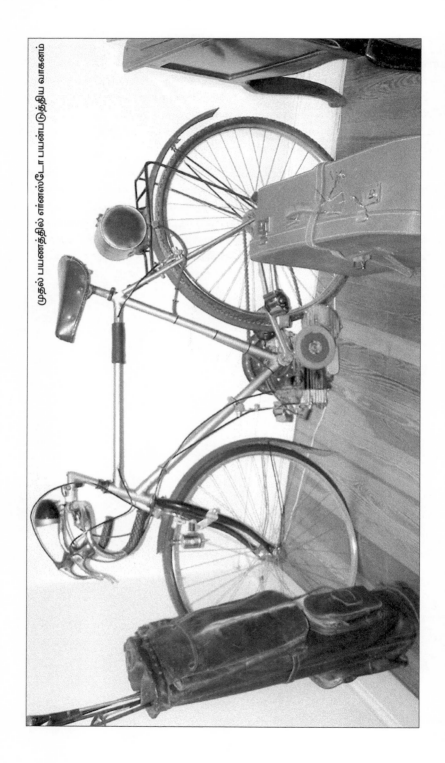

முதல் பயணத்தில் எர்னஸ்டோ பயன்படுத்திய வாகனம்

முதல் பயணம்

3

ஒருமுறை பியூனஸ் அயர்ஸ் சுரங்க ரயிலில் தனது நண்பருடன் வீட்டுக்குத் திரும்பிக்கொண்டிருந்தார் எர்னஸ்டோ. அவர்களிடம் துண்டிக்கப்பட்ட மனித கால் ஒன்று இருந்தது. 'பரிசோதனை' செய்யப்போ கிறோம் என்று சொல்லி மருத்துவமனை ஊழியர் களிடம் இருந்து எடுத்து வந்திருந்த 'பொருள்' அது. செய்தித்தாளில் இரண்டு சுற்றுச் சுற்றிக் கொண்டு வந்திருந்ததால், முழுவதுமாக மறைக்க முடிய வில்லை. இதைக் கவனித்த பிற பயணிகள் பயணம் நெடுக அச்சத்துடன் எர்னஸ்டோவைத் திரும்பித் திரும்பி பார்த்துக்கொண்டிருந்தனர். அவர்களுடைய கலக்கத்தை அமைதியாக ரசித்துக்கொண்டிருந்தார் எர்னஸ்டோ.

ஒரே மாதிரியான அலுப்பூட்டும் வாழ்க்கை முறையில் இருந்து விலகவேண்டும் என்றால் இப் படிப்பட்ட அனுபவங்கள் தேவை. வீட்டிலிருந்து எவ்வளவு தூரம் தள்ளிப் போகிறோமோ அந்த அளவுக்குச் சுதந்தரத்தை அனுபவிக்க இயலும். கார்டோபாவில் இருந்த தன் உறவினரை எர்ன ஸ்டோ நேசித்ததற்குக் காரணம் அவர்களுடைய வீட்டை அடைய குறைந்தது 10 மணி நேரம் காரில் செல்லவேண்டும் என்பதுதான். இதே இடத்துக்கு இன்னொரு வழியிலும் செல்லலாம். அது எர்னஸ் டோவுக்கு ஒத்துவராது. நூல் பிடித்ததுபோல் ஓரிடத்தில் இருந்து கிளம்பி இன்னோரிடத்துக்குச் சென்று சேருவதன் பெயர் பயணமா? முடிந்தவரை சுற்றி வளைத்து, முடிந்தவரை தடங்கல்களைச் சந்தித்து, முடிந்தவரை நிச்சயமற்றத் தன்மையுடன்

மேற்கொள்ளப்படுவதுதான் பயணம். எர்னஸ்டோ அதைத்தான் செய்தார். சரக்கு வண்டிகளை இடைமறித்து உதவி கேட்டு ஏறி, வழியில் ஏதாவது சிறு வேலைகள் செய்து, ஆங்காங்கு ஓய்வெடுத்துச் செல்வார். இதற்கு சில தினங்கள் பிடிக்கலாம். அதனால் என்ன?

மருத்துவக் கல்லூரியின் மூன்றாவது ஆண்டு நிறைவில், ஜனவரி 1, 1950 அன்று தனது முதல் பயணத்தை எர்னஸ்டோ மேற்கொண்டார். அர்ஜெண்டினாவின் உட்புறங்களை அலைந்து திரிந்து தரிசிக்கவேண்டும் என்பது திட்டம். ஒரு சைக்கிளை எடுத்துக் கொண்டு அதில் இத்தாலிய எஞ்சின் ஒன்றைப் பொருத்திக்கொண்டு தனியே புறப்பட்டுவிட்டார். கிளம்புவதற்கு முன் ஒரு புகைப்படம் எடுத்துக்கொண்டார். தொப்பி, கண்ணாடியுடன் சைக்கிளில் அமர்ந்து, காலை நிலத்தில் பதித்தபடி அந்தப் படத்தில் காட்சியளிக்கிறார் எர்னஸ்டோ. கூடுதல் டயர் ஒன்றை கழுத்தில் மாலைபோல் மாட்டியிருக்கிறார்.

கார்டோபாவை அடைந்து, அங்கிருந்து 150 கிமீ தூரத்தில் உள்ள San Francisco del Chanar பகுதியை அடையவேண்டும். ஆல்பர்ட்டோ கிரானடோ அங்குள்ள தொழுநோய் மருத்துவமனையில்தான் பணியாற்றிக் கொண்டிருந்தார். அவரைக் காணவேண்டும், அவரையும் இணைத்துக் கொண்டு பயணத்தைத் தொடரவேண்டும் என்பது எர்னஸ்டோவின் திட்டம்.

மாலை நேரம் வீட்டைவிட்டு வெளியேறினார் எர்னஸ்டோ. மோட்டாரை இயக்கி, பெருத்த சத்தத்துடன் உற்சாகமாக சிறிது தூரம் கடந்துவிட்டு, வேகம் கைகூடியவுடன் வண்டியை மிதிக்கத் தொடங்கினார். விரைவிலேயே இன்னொரு மிதிவண்டிக்காரரின் சிநேகம் கிடைத்தது. இருவரும் விடியும் வரை வண்டியை நிறுத்தாமல் ஓட்டிக்கொண்டிருந்தனர். பிலார் என்னும் நகரத்தை அடையும்போது எர்னஸ்டோ பெருமிதத்துடன் சிரித்துக் கொண்டார். இந்த இடத்தைத் தாண்டி உன்னால் போகமுடியாது என்று வீட்டில் இருந்து கிளம்பும்போது சொல்லியிருந்தார்கள்.

வழியில் ஒரு காரை நிறுத்தி, சைக்கிளை அத்துடன் இணைத்து மணிக்கு 60 கிமீ வேகத்தில் பறக்கமுடிந்தது. திடீரென்று டயர் வெடிக்க, சாலையோரம் ஒதுங்கினார். அங்கிருந்தவர்களுடன் நட்பு கொண்டு அவர்களுடன் மனம் விட்டு உரையாட முடிந்தது. ('மேட் பானம் கொடுத்தார்கள். ஆனால் பயங்கர தித்திப்பு') வீட்டைவிட்டு வெளியேறி, '41 மணி நேரம், 17 நிமிடங்களுக்குப்

பிறகு' கிரானடோவைச் சந்தித்தார் எர்னஸ்டோ. அவருடன் சில தினங்கள் தங்கியிருந்தார். கிரானடோவின் சகோதரர்களுடன் இணைந்து அருகிலுள்ள ஒரு நீர் வீழ்ச்சிக்குச் சென்றார். பாறைகளில் தாவி, குன்றுகளின் மீதேறி, உயரத்தில் இருந்து குதித்து, தாற்காலிக வெள்ளம் ஒன்றில் அடித்துச் செல்லப்பட்டு... பரிபூரண சுதந்தரம்!

கிரானடோ பணியாற்றிக்கொண்டிருந்த மருத்துவமனைக்குச் சென்றார் எர்னஸ்டோ. ரக்பி, புத்தகங்கள் போக இப்போது அவர்களுக்கு மருத்துவ ஆர்வமும் பொதுவாக இருந்ததால் 'எதிர்கால மருத்துவக் கனவு' குறித்து ஆர்வத்துடன் விவாதித்தார்கள். 'எங்கள் இருவருக்குமே மருத்துவம் ஒரு பொதுவான எதிர்காலத்தை அளிக்கும் என்று நம்பினோம்' என்று அந்தக் கணத்தை நினைவுகூர்ந்தார் கிரானடோ. கிரானடோவுடன் இணைந்து தொழுநோய் மருத்துவமனைக்கு சென்று வந்தார் எர்னஸ்டோ.

அடுத்த கட்ட பயணத்தை இரு நண்பர்களும் சேர்ந்து தொடங்க இருந்தனர். கிரானடோ தனது மோட்டார் பைக் மூலம் எர்னஸ்டோவின் சைக்கிளை கயிறு கட்டி இழுத்துச் செல்லவேண்டும். ஆனால், அது சரி வரவில்லை என்பது தெரிந்ததும் விடைபெற்றுக்கொண்டு கிளம்பிவிட்டார் எர்னஸ்டோ. அன்று இரவு, லொரெடோ என்னும் சிறு நகரத்தில் தங்க காவல் துறையினர் இடம் கொடுத்தனர். எர்னஸ்டோ ஒரு மருத்துவக் கல்லூரி மாணவன் என்பதைத் தெரிந்ததும் உள்ளூர் மக்கள் அவரைச் சூழ்ந்துகொண்டனர். இன்னும் சில தினங்கள் தங்கியிருக்குமாறு கேட்டுக்கொண்டார்கள். எங்கள் நகரத்தின் ஒரே மருத்துவராக இங்கேயே இருந்துவிடுங்களேன் என்றும்கூட ஆசை காட்டி னார்கள். Santiago del Estero என்னும் இடத்தில் ஓர் உள்ளூர் பத்திரிகை நிருபர் எர்னஸ்டோவைப் பேட்டி கண்டார். 'என்னைப் பற்றி என் வாழ் நாளில் முதல் முறையாக வெளிவந்த கட்டுரை அது'.

ஒருமுறை தனது சைக்கிள் டயரை பஞ்சர் ஒட்டிக்கொண்டிருந்த போது, உள்ளூர் நபர் ஒருவர் அவரிடம் பேச்சுக்கொடுத்தார். முந்தைய தினம் பத்திரிகை நிருபர் கேட்ட அதே கேள்விகள். நீ யார்? எங்கிருந்து வருகிறாய்? எங்கே சென்றுகொண்டிருக்கிறாய்? எதற்காக இந்தப் பயணம்? எர்னஸ்டோ அளித்த பதில் அவரைத் திகைக்கவைத்தது. 'வீட்டைவிட்டு இவ்வளவு தூரம் வந்திருக்கிறாய். ஆனால் குறிப்பிட்ட நோக்கம் எதுவும் இல்லையா?' பலமுறை யோசித்தும் எர்னஸ்டோவால் வேறு எதுவும் சொல்லமுடிய வில்லை. அவருக்குப் புரியவில்லை. ஏன் இத்தனைக் கேள்விகள் கேட்கிறார் இவர்? ஆர்வமும் துடிதுடிப்பும் போதாதா, பயணத்துக்கு நோக்கம் என்றொன்று இருக்கவேண்டுமா என்ன?

சால்டா என்னும் பகுதியை நோக்கி முன்னேறிக்கொண்டிருந்தபோது ஒரு வனப்பகுதியைக் கடக்கவேண்டியிருந்தது. சைக்கிளை ஓரமாக நிறுத்தி விட்டு இறங்கி நடக்கத் தொடங்கினார். அடர்ந்த கானகம். நெருக்கமாக வளர்ந்திருக்கும் மரங்கள். கண்ணுக்கு எட்டிய தொலைவுவரை மயக்கும் இயற்கை எழில். தன்னை மறந்து அப்படியே நின்றுகொண்டிருந்தார்

29

எர்னஸ்டோ. 'எனக்குள் உருவாகி, வளர்ந்துகொண்டிருந்த ஏதோ ஒரு விஷயம்... பக்குவமடைந்து விட்டதை உணரமுடிந்தது.' நகரத்தின் பெருத்த ஒலி, கால்களில் சக்கரம் பொருத்தியதுபோல் ஓடும் மனிதர்கள், இயந்திரத்தனமான வாழ்க்கை அனைத்தின்மீதும் சலிப்பு ஏற்பட்டது. இதுதான் அமைதி. 'நகரம் அமைதிக்கு நேர் எதிரான நிலைகொண்டது.'

ஹார்லே டேவிட்சன் (அமெரிக்க இரு சக்கர வாகனம்) வண்டி ஓட்டிக்கொண்டு ஒருவர் எதிரில் வந்தார். தன்னுடன் வருமாறு எர்னஸ்டோவை அவர் அழைத்தார். சைக்கிளைத் துறந்துவிட்டு வரமுடியாதே என்று சொன்னபோது, கயிறு கட்டி இழுத்துச் செல்கிறேன் வா என்றார். காற்று முகத்தில் அறைய, மோட்டார் வண்டியின் பின் பறந்து செல்வது சுகம்தான் என்றாலும் எர்னஸ்டோ மறுத்துவிட்டார். அவ்வளவு வேகமாகப் போனால் சைக்கிள் மீண்டும் பழுதடைந்துவிடும் அல்லவா? இருவரும் ஒன்றாக காபி அருந்தி, கைகுலுக்கி விடைபெற்றுக்கொண்டார்கள்.

அருகிலுள்ள ஒரு நகரத்தை எர்னஸ்டோ வந்தடைந்தபோது, ஒரு பெரிய சரக்கு வண்டியில் இருந்து ஹார்லே டேவிட்சன் கீழிறக்கப்படுவதைக் கவனித்தார். சற்று முன் சந்தித்த நபரின் உடலும் அடுத்ததாக இறக்கிவைக்கப்பட்டது. அவன் ஒரு 'தற்கொலைப் போராளி' என்று நினைத்துக்கொண்டார் எர்னஸ்டோ. சாகசப் பயணத்தில் இறக்கும் ஒருவனை அப்படி அழைப்பதுதான் பொருத்தமானது என்று நினைத்துக்கொண்டார் எர்னஸ்டோ. சந்தேகமின்றி இவன் ஒரு வீரன்தான் அல்லவா? ஆனால், இவனை உலகம் அறிந்துகொள்ள முயலுமா?

சால்டா வந்தடைந்தார். அன்றிரவு ஒரு லாரியில் அமர்ந்து உறங்கும் வாய்ப்பு கிடைத்தது. தோளில் தட்டி ஓட்டுனர் எழுப்பும்வரை நல்ல உறக்கம். இப்படியே சிறிது சிறிதாக முன்னேறி பொலிவியாவரை சென்றுவிடமுடியாதா என்ன? ஆசைதான். ஆனால் அது சாத்தியமில்லை என்பது தெரிந்தது. மேற்கொண்டு பயணத்தைத் தொடரமுடியாதது பற்றி வருத்தத்துடன் தன் தந்தைக்குக் கடிதம் எழுதினார். 'வழியில் வெள்ளப் பெருக்கு ஏற்பட்டுள்ளதை அறிந்துகொண்டேன். எரிமலையொன்று விழிப்புடன் இருப்பதாகவும் சொல்கிறார்கள். நான் திரும்பிவிடுகிறேன்.' இன்னும் சில வாரங்களில் நான்காம் ஆண்டு படிப்பும் தொடங்கவிருந்ததால் சோகமாகத் திரும்பினார்.

தொழுநோயாளிகள், மருத்துவர்கள், ஏழைகள், சாலையோரவாசிகள், விவசாயிகள் என்று எத்தனை விதமான மனிதர்கள்! எத்தனை விதமான அனுபவங்கள்! பழங்குடிகளின் வாழ்க்கை முறையை எர்னஸ்டோ நேரில் கண்டது அதுவே முதல் முறை. அர்ஜெண்டினாவின் நிஜமுகத்தைக்கூட முதல்முதலாக கண்டதுபோல் இருந்தது. நகரங்கள் முன்வைக்கும் தோற்றம் போலியானது. ஒரு நாட்டின் ஆன்மா வெளிப்படையாகத் தெரிவதில்லை. அதைத் தேடிப்போகவேண்டியிருக்கிறது. அர்ஜெண்டினா மட்டுமல்ல மற்ற நாடுகளும்கூட இப்படித்தான் 'இரட்டை வேடம்' பூண்டிருக்கும் போலும்.

பயணம் முடிவுக்கு வந்தபோது, ஆறு வாரங்களில் 12 மாகாணங்களையும், 4000 கிமீ தூரத்தையும் எர்னஸ்டோ கடந்து சென்று இருந்தார். தனது

சைக்கிளைப் பழுது பார்ப்பதற்காக மோட்டார் பொருத்திக் கொடுத்த அமெரிமாக்ஸ் கம்பெனியைத் தொடர்பு கொண்டார் எர்னஸ்டோ. இவ்வளவு தூரம் மோட்டார் ஓடியிருக்கிறதா என்று வியந்த நிர்வாகம், எர்னஸ்டோவுக்குக் கடிதம் எழுதியது. இந்த விஷயத்தை எங்கள் விளம் பரத்துக்காகப் பயன்படுத்திக்கொள்ள நீங்கள் அனுமதித்தால் இலவச மாகவே வண்டியைச் சரிசெய்து தருவோம். எர்னஸ்டோ ஒப்புக்கொண்டு பதில் கடிதம் எழுதினார். 'இந்த சைக்கிள் அபாரமான முறையில் என்னுடன் ஒத்துழைத்தது. கடைசியில்தான் கம்ப்ரெஷர் பழுதடைந்துவிட்டது என்று நினைக்கிறேன். எனவே இதனை உங்களிடம் அனுப்பிவைக்கிறேன்.'

வீட்டுக்குள் நுழையும்போதே எர்னஸ்டோ யோசிக்கத் தொடங்கிவிட்டார். அடுத்த பயணம் எப்போது?

மோட்டார் சைக்கிள்

அடுத்த பயணம் குறித்து யோசிப்பதற்கு முன்பு காதல் குறுக்கிட்டுவிட்டது. சிச்சினா (முழுப்பெயர், மரியா டெல் கார்மென் சிச்சினா) எர்னஸ்டோவுக்கு முன்னரே அறிமுகமானவர் என்றாலும் நீண்ட இடைவெளிக்குப் பிறகு ஒரு திருமண விழாவில் பதினாறு வயது சிச்சினாவைக் கண்டபோது, எர்னஸ் டோவுக்கு விவரிக்கமுடியாத பூரிப்பும் மகிழ்ச்சியும் ஏற்பட்டது. அது இரு தரப்பு ஈர்ப்பாகவே இருந்தது. சிச்சினாவின் வளமான செல்வப் பின்னணி, சமூக மதிப்பு, எட்டமுடியாத உயரத்தில் இருக்கும் அவளு டைய குடும்ப நிலை அனைத்தையும் மீறி இருவ ருக்கும் இடையில் காதல் துளிர்த்தது.

பிப்ரவரி 9, 1951 அன்று இரண்டாவது பயண வாய்ப்பு எர்னஸ்டோவைத் தேடிவந்தது. கப்பலில் செவிலியராகப் பணியாற்றுவதற்காக அரசுப் பொது சுகாதார நிலையம் அவரைத் தேர்ந்தெடுத் திருந்தது. பிரேசிலை நோக்கிச் செல்லும் Anna G என்னும் டாங்கர் கப்பலில் எர்னஸ்டோ இணைந்து கொண்டார். பேடகோனியா, டிரினிடாட் அன்ட் டொபாக்கோ, பிரிட்டிஷ் கினியா, வெனிசுலா மற்றும் பிரேசிலிய துறைமுகங்களுக்கு இந்தக் கப்பல் அவரை இட்டுச் சென்றது.

எதிர்பார்த்ததைவிடவும் விரிவான, நீண்ட பயணம் தான். ஆனாலும் எர்னஸ்டோவுக்கு முழுமையான திருப்தியில்லை. பல புதிய பகுதிகளில் கால் பதிக்க முடிந்தது மறக்கமுடியாத அனுபவம் என்றாலும் கால் பதிப்பதைத் தாண்டி வேறு எதுவும் செய்ய

4

மோட்டார் சைக்கிள் பயணம் ஆரம்பம்

முடியவில்லை. துறைமுகங்களில் கப்பல் ஒதுங்கும்போது, இறங்கி வந்து ஒரு சுற்று சுற்றி வருவ தற்குள் அழைப்பு வந்துவிடும். ஓடிவந்து ஏறிவிடவேண்டும்.

நிலப்பரப்புகளில் சிறிதளவு நேரத்தையே செலவிடமுடிந்தது. ஜூன் மத்தியில் பியூனஸ் அயர்ஸ் திரும்பிய எர்னஸ்டோ தனது கப்பல் கனவை அத்தோடு துறந் தார். திரும்பும்போது தன் தந்தைக்கு ஒரு வித்தியாசமான பரிசையும் கொண்டு வந்திருந் தார். ஒரு குறிப்பேடு. பயண அனு

பவங்கள், பொன்மொழிகள், சிந்தனைகள் ஆகியவற்றால் அது நிரம்பி யிருந்தது. சிறுகதை எழுதுவதற்கும்கூட முயற்சி செய்திருந்தார்.

ஜூன் இறுதியில் மீண்டும் மருத்துவப் பள்ளியில் இணைந்துகொண்டு விட்டார். இப்போது எர்னஸ்டோவுக்கு 23 வயது நடந்துகொண்டிருந்தது. கல்லூரி போரடிக்க ஆரம்பித்துவிட்டது. முந்தைய சைக்கிள் பயணமும், அதிகம் காணமுடியாத கப்பல் பயணங்களும் அவரை இம்சித்துக்கொண்டி ருந்தன. இன்னொரு பக்கம், சிச்சினாவுடன் இணையமுடியுமா என்னும் கேள்விக்கும் விடை கிடைக்கவில்லை. சிச்சினாவின் வீட்டில் இருந்து சம்மதம் பெறுவது சாத்தியமில்லை என்பது இருவருக்கும் தெரிந்திருந்தது.

அக்டோபர் 17ம் தேதி கார்டோபா சென்று கிரானடோவைச் சந்தித்தார் எர்னஸ்டோ. திராட்சைக் கொடிகளுக்குக் கீழே, இனிப்பான மேட் பானத்தை (ஒருவித தேயிலையில் இருந்து தயாரிக்கப்படும் அர்ஜெண்டினாவின் தேசிய பானம்) பருகியபடி, 'துயரமான வாழ்வின் சமீபகால நிகழ்வு களைப் பற்றி அவர்கள் உரையாடிக்கொண்டிருந்தனர்.' நார்ட்டன் 500 ரக மோட்டார் சைக்கிள், லா பாடெரோஸாவை (La Poderosa II, சக்தி வாய்ந்தது என்று பொருள்) பழுது பார்த்துக்கொண்டிருந்தனர்.

சென்ற முறை சந்தித்ததைவிடவும் அதிக சலிப்பு கொண்டவராக கிரானடோ காட்சியளித்தார். தொழுநோய் மருத்துவமனையில் அவருக்குத் தரப்படும் ஊதியம் குறைவாக இருந்ததைச் சொல்லி வருத்தப்பட்டுக்கொண்டார். எர்னஸ்டோவும் தன் உள்ளத்தில் சுமந்துகொண்டிருந்த ஏக்கங்களை வெளிப்படுத்தினார். மருத்துவக் கல்லூரியும் பாடங்களும் அவரைச் சோர்வடைய வைத்திருந்தன. இவற்றிலிருந்து விடுதலை பெறவேண்டு மென்றால் செய்யவேண்டியது ஒன்றுதான். வெளியேறவேண்டும். 'வெப்ப மண்டலக் கடல்களில் பயணம் செய்வது, ஆசியா முழுவதும் சுற்றித் திரிவது. தொலைதூரப் பிரதேசங்களுக்கு எங்களைக் கொண்டு சென்றன கனவுகள்.'

திடீரென்று அந்தக் கேள்வி எழுந்தது.

'லத்தீன் அமெரிக்காவை ஏன் நாம் சுற்றிவரக்கூடாது?'

'எப்படி?'

'லா பாடெரோஸாவில்தான்.'

தொடங்கி வைத்தவர் கிரானடோ. எர்னஸ்டோவைக் காட்டிலும் அவருக்கே இந்தப் பயணம் அதிகம் தேவைப்பட்டது. முப்பதுகளின் தொடக்கத்தில் இருந்த கிரானடோ, இந்த வாய்ப்பை நழுவவிட விரும்பவில்லை. எர்னஸ்டோ போன்ற ஒரு பயணத் தோழன் கிடைத்துவிட்டபிறகு யோசிப்ப தற்கு என்ன இருக்கிறது? இந்த வாய்ப்பை நழுவவிட்டால் இன்னொன்று கிடைக்காமலேகூட போய்விடலாம். எர்னஸ்டோ உடனே ஒப்புக்கொண்டார். என்ன பிரச்னை வந்தாலும் அதை எதிர்கொண்டு வென்றுவிடுவது என்று பேசிக்கொண்டார்கள்.

உடனடியாக கனவு செயல்வடிவம் பெறத் தொடங்கியது. கடவுச் சீட்டுகள், சான்றிதழ்கள், ஆவணங்கள் ஆகியவற்றைப் பெறும் முயற்சிகளை இருவரும் தொடங்கினார்கள்.

எர்னஸ்டோ தன் விருப்பத்தைத் தந்தையிடம் தெரிவித்தார். பிறகு நடந்ததை எர்னஸ்டோ சீனியர் நினைவுகூர்ந்தார்.

'1951ல் நடந்தது அது. அப்போது கார்டோபாவைச் சேர்ந்த ஒரு அழகான இளம் பெண்ணிடம் எர்னஸ்டோ நட்புகொண்டிருந்தான். அவன் அப்பெண் ணைத் திருமணம் செய்துகொள்வான் என்றுதான் நானும் எனது குடும்பத் தினரும் நினைத்திருந்தோம். நான் வெனிசூலாவுக்குச் செல்லப்போகிறேன் அப்பா! என்று எர்னஸ்டோ ஒருநாள் என்னிடம் கூறினான்.

'எவ்வளவு நாள்களுக்கு நீ அங்கே இருக்கப் போகிறாய்?' என்று நான் கேட்டேன். ஒரு வருடத்துக்கு என்று அவன் பதிலளித்தான். நான் அடைந்த வியப்புக்கு அளவே இல்லை.

'அப்படியானால் சிச்சினா?' என்று நான் கேட்டேன்.

'அவள் என்னைக் காதலிக்கிறாள் என்றால் காத்திருப்பாள்' என்று பதில் வந்தது.

அவன் அப்பெண்ணை மிகவும் நேசித்ததை நான் அறிந்திருந்ததால், புதியன வற்றைக் கண்டறிய வேண்டும் என்ற அவனது வேட்கைக்கு அது தடையாக இருக்கும் என்று நினைத்தேன். எர்னஸ்டோவை என்னால் புரிந்துகொள்ள முடியவில்லை.'

முடிந்தவரை அனைத்துப் பாடங்களிலும் தேர்வுகளை எடுத்து முடிக்க வேண்டும். இது எர்னஸ்டோவின் பணி. ஆல்பர்ட்டோவின் வேலை, மோட்டார் சைக்கிளைத் தயார் செய்து வைப்பது. பிறகு, வழித்தடத்தைத் தெரிந்துகொள்வது.

வீட்டில் அனுமதி வாங்கியாகிவிட்டது. பயண ஏற்பாடுகள் முடிந்துவிட்டன. புறப்படவேண்டியதுதான் பாக்கி. எர்னஸ்டோ கனவு காண ஆரம்பித்து விட்டார். 'நாங்கள் மேற்கொள்ள இருந்த பயணத்தின் முழுப் பரிமாணமும் எங்களுக்குத் தெரிந்திருக்கவில்லை. கண்களுக்குத் தெரிந்ததெல்லாம் விரிந்து கிடக்கும் புழுதி நிறைந்த சாலையும், வடக்கு நோக்கிய பயணத்தில் விரைந்து கொண்டிருந்த எங்களுடைய மோட்டார் சைக்கிளும்தான்.'

ஜனவரி 4, 1952 அன்று அட்லாண்டிக் கரையையொட்டி அவர்கள் பயணம் ஆரம்பமானது. போகும் வழியில் ஒரே ஒரு வேலை பாக்கியிருக்கிறது. சிச்சினாவிடம் இருந்து விடைபெற வேண்டும். மிராமரில் உள்ள ஒரு உல்லாச வீட்டில் சிச்சினா தன் அத்தையுடன் தங்கியிருந்தார் என்று தகவல் வந்ததும், அங்கு அவரைச் சந்திக்க முடிவு செய்தார் எர்னஸ்டோ. கிரான டோவும் ஒப்புக்கொண்டார்.

எர்னஸ்டோவின் மாமா, காய்கறிகளும் பதப்படுத்தப்பட்ட இறைச்சி யையும் கொடுத்தனுப்பியிருந்தார். வண்டியின் பின்பக்கத்தில் பாரம் அதிகமிருந்தது. சிறிது கவனம் குறைந்தாலும் சமநிலை குலைந்துவிடும் அபாயம் இருந்தது. என்றாலும் அவர்கள் எதையும் பொருட்படுத்தாமல் பறந்துகொண்டு இருந்தனர்.

எர்னஸ்டோ சிச்சினாவுக்காக ஒரு பரிசுப் பொருளைக் கையோடு எடுத்து வந்திருந்தார். அது ஒரு நாய்க்குட்டி. அதற்கு ஆங்கிலத்தில் 'கம் பேக்' என்று பெயரிட்டிருந்தார் எர்னஸ்டோ. பயணம் முடிந்ததும் மீண்டும் சிச்சினாவின் கரங்களுக்குத் திரும்பிவிடவேண்டும் என்பதால் அந்தப் பெயர். வழியில் இரண்டு முறை 'திரும்பி விடு' கீழே விழுந்தது. ஒரு குதிரையின் காலில் சிக்கி மிதிப்பட்டது. தொடர்ச்சியாக வயிற்றுப் போக்கும் ஏற்பட்டது.

எர்னஸ்டோவின் மனம் முழுக்க சிச்சினா. பயணம் முடியும்வரை சிச்சினா காத்திருப்பாளா? அவளுடன் ஒன்றிணைவது சாத்தியமா? ஆல்பர்ட்டோவின் கவலையோ தன் பயண நண்பனின்மீதே இருந்தது. காதல் வசப்பட்டிருக்கும் இப்படியொரு இளைஞனை அழைத்துக்கொண்டு நீண்டதொரு பயணத்தை மேற்கொள்வது சாத்தியமா? தொடங்குவதற்குள் இந்தப் பயணம் முடிந்து விடுமா? நான் சரியான முடிவைத்தான் எடுத்திருக்கிறேனா? ஒருவேளை தனியாகக் கிளம்பியிருக்கவேண்டுமோ? சிச்சினா, காதல், நாய்க்குட்டி போன்ற விவகாரங்கள் சீக்கிரம் முடிந்துவிடவேண்டும் என்று மனத்துக்குள் சொல்லிக்கொண்டார் கிரானடோ.

சிச்சினா தங்கியிருந்த இடத்தில் இரு தினங்கள் தங்கியிருந்து அவளது உறுதிமொழியையும் அன்பையும் பெற்றுக்கொண்டு கிளம்பலாம் என்று எர்னஸ்டோ சொல்லியிருந்தார். ஆனால், இரு தினங்கள் எட்டு தினங்களாக வளர்ந்து நின்றது. கிரானடோ அமைதியாகக் காத்திருந்தார். அவ்வப்போது சீண்டிவிட்டுக் கொண்டும் இருந்தார். 'என்ன, பெருங்கவிஞரே உமது காதலி யிடம் இருந்து விடைபெற்றுக்கொண்டாகிவிட்டதா?'

35

எர்னஸ்டோ சிச்சினாவின் விரல்களில் விரல்கள் சேர்த்து, கடல் அலைகளைப் பார்த்துக்கொண்டு அமர்ந்திருந்தார். 'பிரிவின் கசப்பு என் மூச்சோடு கலந்து விட்டது. இறுதியாக, சாகசங்களை நோக்கி வீசும் காற்றால் வேறு உலகங்களை நோக்கி நான் தூக்கிச் செல்லப்பட்டேன்.' விடைபெறும் தருணம் வந்துவிட்டது. 'சிச்சினா நான் திரும்பும்வரை காத்திருப்பாயா?' சிச்சினா தலையசைத்தாள்.

எர்னஸ்டோ அளித்த ஜெர்மன் ஷெப்பர்டை சிச்சினா பெற்றுக்கொண்டார். பதினைந்து அமெரிக்க டாலரை எர்னஸ்டோவுக்கு அளித்தார். அமெரிக் காவில் இருந்து தலைக்கு ஸ்கார்ஃப் வாங்கி வருவதற்காக.

'கடற்கரை வெறிச்சோடிக் கிடந்தது. குளிர்காற்று நிலத்தை நோக்கி வீசியது. இந்தக் கரையோடு என்னைப் பிணைத்திருந்த ஒருவரின் மடியில் என் தலையைச் சாய்த்திருந்தேன். சூழலின் அமைதியில் எனக்குள்ளே ஒலித்த குரல்கள் அதிர்ந்து கொண்டிருந்தன. அவற்றின் லயத்தில், முழுப் பிரபஞ் சமும் மிதந்துகொண்டிருந்தது.'

எர்னஸ்டோ விடைபெற்றுக்கொண்டார்.

கொஞ்சம் உணவு, நிறைய கனவு

5

ஆல்பர்ட்டோவின் பல்கலைக்கழக நண்பர் ஒருவரின் வீட்டுக்குச் சென்றபோது அவர் மனைவி குழப்பத்துடன் அவர்களைப் பார்த்தார். புழுதி படிந்த ஆடைகளுடன் இரு ஜிப்ஸிகள்போல் அவர்கள் தோற்றமளித்தார்கள்.

'எங்கே சென்றுகொண்டிருக்கிறீர்கள்?'

'எங்கெங்கோ.'

'எப்போது திரும்புகிறீர்கள்?'

'தெரியாது.'

'ஓ, எங்கே தங்கப்போகிறீர்கள்? உணவு, உடைகள்?'

'போகும் இடத்தில் பார்த்துக்கொள்ளவேண்டியதுதான்.'

'இன்னும் ஒரு வருடத்தில் டாக்டர் பட்டம் கிடைத்துவிடும். எதற்கு இந்தத் தேவையற்ற பயணம்? எதற்கு அநாவசியமாக உடலை இப்படி வருத்திக்கொள்கிறீர்கள்?'

வெறுமனே புன்னகை செய்துவிட்டு நகர்ந்துவிட்டார் எர்னஸ்டோ.

மூன்று தினங்கள் அவர்களுடன் தங்கியிருந்துவிட்டு புறப்பட்டார்கள். தெற்கில் உள்ள பாஹியா ப்ளாங்கா என்னும் துறைமுக நகரில் எர்னஸ்டோவின் நண்பர்கள் இருந்தனர். அவர்களுடன் இணைந்து நகரத்தைச் சுற்றி வந்தார்கள். வண்டியைப் பழுது பார்த்தார்கள். கையிருப்பில் இருந்த ரொட்டியும் இறைச்சியும் காலியாகிக்கொண்

டிருந்தது. பணமும் கூடத்தான். கடைசியாக அவர்கள் நன்றாகச் செலவிட்டது இங்குதான். உணவு கிடைக்கும்போதெல்லாம் ஒட்டகம்போல் வயிறு முழுக்கச் சாப்பிட்டுவிட்டு பிறகு பட்டினி கிடக்கமுடிந்தால் எவ்வளவு நன்றாக இருக்கும் என்று நினைத்துக்கொண்டார் எர்னஸ்டோ.

வண்டியின் பாரம் தொடக்கத்தில் இருந்தே தாறுமாறாக இருந்ததால் அவ்வப்போது சாய்ந்தும் சரிந்தும் சென்றுகொண்டிருந்தது. போதும், இனி நான் ஓட்டுகிறேன் என்று சொல்லி எர்னஸ்டோ பொறுப்பேற்றுக் கொண்டார். 'நேரம் வீணாகிப் போனதைச் சரிக்கட்டுவதற்காக வேகமாக ஓட்டினேன். ஒரு வளைவில் மணல். மோட்டார் சைக்கிள் சறுக்கி விழுந்தது. இந்தப் பயணத்திலேயே இதுதான் மோசமான விபத்து. ஆல்பர்ட்டோவுக்குக் காயமெதுவும் ஏற்படவில்லை. ஆனால் சிலிண்டரின் கீழ் என் கால் சிக்கி சூடுபட்டுப் புண்ணானது.'

மழை குறுக்கிடும்போது பண்ணை நிலம் அல்லது கால்நடைப் பண்ணையில் ஒதுங்கிக்கொண்டார்கள். அல்லது ரயில் நிலையம் கண்ணில் பட்டால் மரக்கட்டைபோல் படுத்து உறங்கினார்கள். ஏற்கெனவே தடுமாறிக் கொண்டிருந்த வண்டி, சகதியில் சிக்கும்போதெல்லாம் விழுந்தது. சரளைக் கற்கள் நிரைந்த சாலையில் விழுந்து விழுந்து எழுவது வாடிக்கையாகிப் போனது.

அதிகாலை வேளை, உறக்கம் கலைந்து எழுந்ததும் எர்னஸ்டோ மேட் பானம் தயாரிப்பதற்காக நீர் கொண்டுவரச் சென்றார். திடீரென்று உடல் நடுங்கத் தொடங்கியது. 'ஒரு வித்தியாசமான உணர்வு ஏற்பட்டது. பத்து நிமிடங்களில், நான் பேய் பிடித்தவனைப்போல் கட்டுப்படுத்தமுடியாத அளவுக்கு பயங்கரமாக நடுங்கத் தொடங்கினேன். குவினைன் மாத்திரை களால் எந்தப் பலனுமில்லை. வினோதமான தாளங்கள் ஒலிக்கின்ற பறையைப்போல் எனது தலை விண்விண்ணென்று தெறித்தது. வடிவமற்ற வண்ணங்கள் கண்முன் சுழன்றன. குமட்டல் ஏற்பட்டது. பச்சை நிறத்தில் வாந்தியெடுத்தேன்... எதுவும் சாப்பிடமுடியவில்லை.'

சரியானதும் எழுந்து, ஆல்பர்ட்டோவுக்குப் பின்னால் அமர்ந்து அவர்மீது தலையைச்சாய்த்து உறங்கியபடியே பயணத்தைத் தொடர்ந்தார் எர்னஸ்டோ. ஓரிடத்தில் மருத்துவமனை தென்பட்டதும் உள்ளே சென்றனர். பென்சிலின் ஊசி போடப்பட்டது. அடுத்த நான்கு மணி நேரத்தில் காய்ச்சல் மறைந்தது. ஆனாலும் மருத்துவர் அவரை வெளியேற அனுமதிக்கவில்லை. அடுத்த சில தினங்களுக்கு நோயாளி உடையில் மெலிந்த தேகத்துடன் அசட்டு தாடியுடன் படுத்துக் கிடந்தார் எர்னஸ்டோ.

இனி வரப்போகும் பயணத்தில் எப்படிப்பட்ட தடைகள் எல்லாம் வரும் என்பதை எர்னஸ்டோ இப்போது ஓரளவுக்கு தெரிந்துகொண்டிருந்தார். முதல் எதிரி, ஆஸ்துமா. போதுமான மாத்திரைகளைக் கையிருப்பில் வைத்திருந்தபோதும் எப்போது வேண்டுமானாலும் மூச்சிரைப்பு எல்லை மீறலாம். ஒருவேளை வழியில் மருத்துவமனை இல்லாவிட்டால் சிக்கல்

தான். பிறகு, வண்டி ஒழுங்காக ஓடவேண்டும். பிறகு, உணவு, படுக்கை, பணம்...

நீங்கள் போகலாம் என்று மருத்துவர் அனுமதி அளித்தபோது சிறைச் சாலையில் இருந்து விடுவிக்கப்பட்ட உணர்வுடன் வெளியில் பறந்து வந்தார் எர்னஸ்டோ. ஏரிகளை நோக்கி வண்டி புறப்பட்டது. மேடுகளிலும் பள்ளங் களிலும் ஏறி இறங்கும்போதெல்லாம் வண்டியின் பாகங்கள் சத்தம் எழுப் பியபடி குலுங்கி ஆடின. ஆல்பர்ட்டோ ஒயர் கொண்டு சிலவற்றை இறுகக் கட்டியிருந்தார். எங்கே பழுது, எங்கே உடைசல் என்றே கண்டறியமுடியாத அளவுக்கு வண்டி உருமாறியிருந்தது.

கூடுதலாக, இறைச்சி இப்போது முழுக்கவும் காலியாகியிருந்தது. இரவு நேரங்களில் வெட்டவெளியில்தான் தங்கியாகவேண்டும். கூடாரம் அமைத்து, தரையில் படுத்து தவழ்ந்தபடி உள்ளே நுழைந்துகொண்டார்கள். சிறு சத்தம் கேட்டாலும் வெளியில் வந்து ஒரு சுற்று சுற்றி வந்து ஆபத்து எதுவுமில்லை என்பதை உறுதிபடுத்திக்கொண்டு, விட்ட இடத்திலிருந்து உறக்கத்தைத் தொடரவேண்டும்.

வருடிக்கொடுக்கும் தென்றல் காற்று எப்போது உலுக்கியெடுக்கும் சூறாவளி யாக மாறும் என்று சொல்லமுடியாது. அடக்கமாக இருக்கும் கூடாரம் எப்போது பிய்த்துக்கொண்டு பறக்கும் என்று தெரியாது குளிரும் மழையும் வெய்யிலும் மாறிமாறித் தாக்கின.

San Martin de los Andes நோக்கி அவர்கள் முன்னேறிக் கொண்டிருந்தார்கள். மீண்டும் இந்த முறை எர்னஸ்டோவே வண்டியை ஓட்டினார். மீண்டும் ஒரு திருப்பம் வந்தது. மீண்டும் ஒருமுறை வண்டி கீழே விழுந்தது. சலசலத்துச் செல்லும் நீரோடையில் விழுந்தார்கள். இந்தமுறை வண்டி மிகுந்த சேத மடைந்தது. கூடுதலாகப் பின்பக்க டயர் பஞ்சர் ஆகிவிட்டது. அடுத்த இரண்டு மணி நேரத்துக்கு பழுது பார்க்கும் வேலைதான். பின்பக்கத்தில் உள்ள அத்தனை பாரத்தையும் அகற்றி கீழே வைத்துவிட்டு நெம்புகோலால் டயரை விடுவித்து, ஒட்டி, மாட்டி முடிப்பதற்குள் அலுப்பும் சலிப்பும் ஆக்கி ரமித்துக்கொண்டன. அன்றைய இரவை பண்ணைத் தொழிலாளர்களின் சமையலறையில் கழித்தார்கள்.

அதிகாலை ஐந்து மணிக்கே பரவிய சமையல் புகை எர்னஸ்டோவை எழுப்பி விட்டது. தொழிலாளர்களுடன் இணைந்து மேட் பானம் அருந்தினார். கசப்பான மேட் பருகிய தொழிலாளர்கள், எர்னஸ்டோவின் இனிப்பு மேட் பானத்தைக் கிண்டலடித்தார்கள். பெண்கள் மட்டுமே இனிப்பு சேர்த்து அருந்துவார்களாம். எர்னஸ்டோ அவர்களுடைய வாழ்நிலையைத் தெரிந்து கொள்ள விரும்பினார். ஆனால் அவர்கள் அவ்வளவு இலகுவாகப் பேசுபவர் களாக இல்லை. 'அவர்கள் அதிகம் பேசவில்லை. ஆராகானிய (Aragon) இனத்தைச் சேர்ந்தவர்களின் பொதுவான பண்பு அது. கடந்த காலத்தில் அவர்களைக் கொடுமைப்படுத்தியவர்களும், இன்னும்கூட அவர்களைச் சுரண்டி வருபவர்களுமான வெள்ளையர்களைக் கண்டு அவர்கள் இப்போதும்

அஞ்சினார்கள். நிலத்தைப் பற்றியும் அவர்களுடைய வேலைகளைப் பற்றியும் நாங்கள் கேட்டபோது, அவர்கள் தங்கள் தோள்களைக் குலுக்கிக்கொண்டு, தெரியாது என்றோ இருக்கலாம் என்றோ பதிலளித்தார்கள்.'

அருவறுப்பான ஆடைகள் அணிந்து, கிடைத்ததை வாய் நிறைய அள்ளிப் போட்டுக்கொண்டு (எர்னஸ்டோவோடு ஒப்பிட்டால் ஆல்பர்ட்டோ கொஞ்சம் நாகரிகமாக உண்டார் என்று சொல்லலாம்) ஆங்காங்கு 'பன்றிகளைப்போல்' திரிந்ததாக நினைவுகூர்கிறார் எர்னஸ்டோ. அவர்களை மருத்துவர்கள் என்று அழைக்க யாரும் இல்லை அங்கே. அவர்கள் சத்தியம் செய்திருந்தாலும் யாரும் நம்பியிருக்க மாட்டார்கள்.

ஆந்திய மலைத்தொடரின் அடுக்கடுக்கான குன்றுகளுக்கு இடையில் வளைந்து வளைந்து சென்ற சாலையில் அவர்கள் சென்றுகொண்டிருந்தார்கள். San Martin de los Andes மரங்கள் அடர்ந்த மாபெரும் மலைகளால் சூழப்பட்டிருந்தது. போக்குவரத்து உள்பட பல அடிப்படை பிரச்னைகளைச் சந்தித்துக்கொண்டிருந்தது இந்தப் பகுதி. சுற்றுலாத்தலமாக மாறிய பிறகே நிலைமையில் முன்னேற்றம் ஏற்பட்டது. தொழில் வசதி இல்லாமல் திண்டாடிக்கொண்டிருந்த மக்களுக்கு சுற்றுலா ஓரளவுக்குக் கைகொடுத்தது.

உள்ளூர் மருத்துவமனையில் தங்களை அறிமுகம் செய்துகொண்டு தங்குமிடம் வேண்டினார்கள். அருகில் தேசியப் பூங்கா அலுவலகம் இருக்கிறது, அங்கே உங்கள் தந்திரம் வேலை செய்கிறதா பாருங்கள் என்று சொல்லி திருப்பியனுப்பி விட்டார்கள். இங்கு அவர்களுக்கு இடம் கிடைத்தது. சமைத்துக்கொள்ள அனுமதியும் வழங்கப்பட்டது. வைக்கோலின் கதகதப்பில் நன்கு உறங்கினார்கள்.

நாகரிகத்தின் நிழல் படியாத அந்த நகரத்தைக் கண்டதும் எர்னஸ்டோ மயங்கினார். கனவு காணவும் ஆரம்பித்துவிட்டார். 'ஒரு ஆய்வுக்கூடத்தை அமைக்கவேண்டும் என்று நாங்கள் திட்டமிட்டோம். அந்த ஆய்வுக் கூடத்தில் ஏரியை நோக்கிய பெரிய ஜன்னல் இருக்கும். குளிர்காலத்தில் அனைத்தும் பனியால் மூடப்பட்டிருக்கும்போது, ஒரு கரையிலிருந்து மறுகரைக்குச் செல்வதற்கு ஒரு ஹெலிகாப்டர் இருக்கும். அங்கே நாங்கள் படகில் சென்று மீன் பிடிப்போம். காட்டுக்குள் கணக்கற்றமுறை பயணம் செய்வோம்.'

ஒரு ஓட்டை வண்டியும் அன்றைய தினம் வாங்கிய சிறிதளவு மாட்டிறைச்சியும் உடன் ஒரு நண்பனும் மட்டுமே இருந்தபோதிலும் கனவுகளில் ஹெலிகாப்டர்கள் சத்தமிட்டபடி வளைய வந்தன. ஆந்திய மலைத்தொடர் எர்னஸ்டோவை வசீகரித்திருந்தது. இப்படியொரு அழகுப் பிரதேசம் இருக்கும்போது யார் வீடு திரும்புவார்கள்? பேசாமல் இங்குள்ள ஏரிக் கரையில் நிரந்தரமாகக் குடியேறிவிட்டால் என்ன?

துப்பாக்கி வெடித்தது

6

ஏரிக்கரைகளைக் கடந்து அவர்கள் யூனின் டி லாஸ் ஆண்டிஸ் (Junin de los Andes) என்னும் கிராமத்தை நோக்கி முன்னேறிக்கொண்டிருந்தார்கள். அர்ஜென்டினாவில் உள்ள குறைந்த மக்கள் தொகை கொண்ட கிராமங்களில் இதுவும் ஒன்று. அருகிலுள்ள காருவே (Curruhué) கிராண்ட் ஏரியைச் சுற்றிப் பார்க்கவேண்டும் என்று எர்னஸ்டோ விரும்பினார். கண்ணுக்கு எட்டியவரை பச்சை நிறத்தில் விரிந்து படர்ந்திருந்தது அந்த ஏரி. மோட்டார் சைக்கிளை அருகிலுள்ள ஒரு வனக் காப்பாளரின் அறையில் போட்டுவிட்டு கரடுமுரடான பாதையில் இருவரும் நடக்கத்தொடங்கினர்.

ஏரிக்கு மேலே ஒரு வாத்து பறந்துசென்றது. ஆல்பர்ட்டோ சுற்றிலும் ஒருமுறை பார்த்தார். யாருமில்லை. பசிக்கு இதைவிட நல்ல விருந்து கிடைத்துவிடுமா என்ன? குறி பார்த்துச் சுட்டார். வாத்து ஏரியில் விழுந்தது. ஏரியில் இறங்கி வாத்தைக் கொண்டு வரும் வேலை எர்னஸ்டோவிடம் வந்து சேர்ந்தது. குளிர்ந்த நீர் அலைகளில் 20 மீட்டர் நீந்தி திணறியபடியே வாத்துடன் கரை ஒதுங்கினார் எர்னஸ்டோ. நடுங்கும் குளிரில் இந்தச் சாகசம் தேவையற்றதுதான் என்றாலும் வேலைகளைச் சமமாகப் பங்கிட்டுக்கொள்ளவேண்டும் என்பதற்காக குதித்துவிட்டார். வாத்து கைப்பற்றப்பட்டு சமைக்கப்பட்டது. வறுவல் சுவையாக இருந்ததால் குளிர் பறந்தோடிப்போனது.

உணவு ஆனதும், மலையேறத் தொடங்கிவிட்டனர். பூச்சிகள் வட்டமிட்டபடி கடித்து விளையாடிக்

கொண்டிருந்தன. மலையேறுவதற்குத் தேவையான உபகரணங்கள் எதுவும் அவர்களிடம் இல்லை. இருந்தும் பின்வாங்காமல் தொடர்ந்து பல மணி நேரம் ஏறி, உச்சியை அடைந்தனர். சிறிது நேரம் பனியில் விளையாடிவிட்டு, இருட்டுவதற்குள் இறங்க ஆரம்பித்தனர்.

ஏறுவதைக் காட்டிலும் இறங்கி வருவது எளிதாகவே இருந்தது என்றாலும் வழித்தடம் ஆபத்தானதாக இருந்ததால் பொறுமையாகவே நடக்க முடிந்தது. அவர்கள் பின்தொடர்ந்து வந்த ஓடை திடீரென்று ஓரிடத்தில் காட்டாறாக மாறிச் சீற ஆரம்பித்துவிட்டது. பாறைகளுக்குத் தாவலாம் என்றால் வழுவழுப்பு அதிகம். வழுக்கினால் ஆபத்து. எனவே, மூங்கில் காட்டை ஒட்டியபடி நடந்துவந்தார்கள். அதற்குள் இருட்டத் தொடங்கிவிட்டதால் பாதையும் சரியாகத் தெரியவில்லை. போதாக்குறைக்கு, ஆல்பர்ட்டோவின் இரவு நேரக் கண்ணாடி தொலைந்துவிட்டது. எர்னஸ்டோவின் காற்சட்டையின் கால்கள் கிழிந்து தொங்கிக்கொண்டிருந்தன. பாதாளத்தில் இறங்குவதுபோல் இருந்தது எர்னஸ்டோவுக்கு.

அடர்த்தியான குளிரில் ஓடையைக் கடந்து வனக் காப்பாளரின் அறைக்குச் சென்றார்கள். அவர் இருவரையும் வரவேற்று மேட் பானம் கொடுத்து, கீழே விரித்துப் படுக்க ஆட்டுத் தோலும் கொடுத்தார்.

ஜனவரி 1952. எர்னஸ்டோ தன் தாயாருக்குக் கடிதம் எழுதினார். 'அன்புள்ள அம்மாவுக்கு, நாங்கள் சந்தித்த அனுபவங்கள் எண்ணற்றவை. அவற்றை அப்படியே விவரிக்க ஆரம்பித்தால், சுருக்கமான ஒரு கடிதம் எழுத வேண்டும் என்னும் நோக்கம் அடிபட்டுவிடும்... வழியில் எனக்குக் கடும் காய்ச்சல் ஏற்பட்டது. ஒரு நாள் முழுக்கப் படுக்கையில் கிடந்தேன்... அதற்குப் பிறகு, பல பிரச்னைகளைச் சந்தித்த நாங்கள் அவற்றையெல்லாம் திறமையாகச் சமாளித்துவிட்டு, அடர்த்தியான காடுகளுக்கு மத்தியில், ஒரு அழகான ஏரிக்கருகில் இருக்கும் சான் மார்ட்டின் டி லாஸ் ஆண்டிஸை அடைந்தோம். நீங்களும் அவசியம் பார்க்கவேண்டிய இடம் அது. எங்கள் முகம் இப்போது கறுத்துப் போய்விட்டது. சாலையோரத்தில் தோட்டத்துடன் வீடு தென்பட்டால், அந்த வீடுகளுக்குச் சென்று உணவு கேட்பதும், அங்கேயே தங்கிவிடுவதும் எங்களுக்கு வாடிக்கையாகிவிட்டது... உன்னை மிகவும் நேசிக்கும் மகன் அன்போடு உன்னை அணைத்துக்கொள்கிறான்.'

ஏழு ஏரிகள் வழியாக, பாரிலோஷே (Bariloche) என்னும் பகுதியை இருவரும் வந்தடைந்தனர். ஆந்திய மலையின் அடிவாரத்தில் இந்த இடம் அமைந்திருந்தது. நாற்பதுகளில் சுற்றுலாத்தலமாக மாறியபிறகு பல இடங்களில் இருந்தும் பயணிகள் இங்கு வரத் தொடங்கினார்கள். ஒரு ஆஸ்திரியர் காலிக் கொட்டகை ஒன்றில் அவர்களைத் தங்கவைத்தார். எங்கு சென்றாலும், 'வண்டி பழுதாகிவிட்டது, இன்றிரவு இங்கே தங்கிக்கொள்ள இடம் கிடைக்குமா?' என்பதுதான் இந்த இருவரின் வாடிக்கையான விண்ணப்பமாக இருக்கும். பெரும்பாலும் அனைவரும் பாவப்பட்டு ஏதாவதொரு மூலையைச் சுட்டிக் காட்டுவார்கள். இந்தமுறை கிடைத்தது

கொட்டகை. கூடவே, ஓர் எச்சரிக்கையும் கிடைத்தது. 'கவனமாகக் கதவைத் தாழிட்டுக்கொள்ளுங்கள். இங்கே ஒரு அபாயகரமான சிறுத்தை சுற்றிக் கொண்டிருக்கிறது.'

பிரச்னை என்னவென்றால், அந்தக் கொட்டகை குதிரை லாயம் போல் இருந்ததால் கதவின் கீழ் பகுதியை மட்டுமே சாத்திக்கொள்ள முடிந்தது. மிகச் சரியாக ஒரு சிறுத்தையால் தாண்டி வந்துவிடக்கூடிய அளவுக்கே அந்தக் கதவு இருந்தது. பிறகு எங்கிருந்து நிம்மதியாகத் தூங்குவது? 'விடிந்து கொண்டிருந்தபோது கதவை ஏதோ பிறாண்டும் சப்தம் கேட்டது. பயத்தால் பேச்சிழந்தவனாக என்னருகில் ஆல்பர்ட்டோ. என் கையில் துப்பாக்கி தயாராக இருந்தது. மரங்களிடையே ஒளிரும் இரண்டு கண்கள் எங்களை வெறித்துப் பார்த்துக்கொண்டிருந்தன. சிறிது நேரத்தில், கருப்பு உடல் ஒன்று கதவைத் தாண்டிவந்தது. அப்போது உள்ளுணர்வுதான் செயல்பட்டது. அறிவு பொய்த்துவிட்டது. எனது தற்காப்புணர்வு ரிவால்வரின் விசையை அழுத்தியது. வெடியோசை ஒரு கணம் அதிர்ந்து ஒலித்தது.'

கதவருகே கையில் விளக்கோடு யாரோ நின்றுகொண்டிருப்பது தெரிந்தது. அச்சுறுத்தலாக இருந்த சிறுத்தை செத்தொழிந்துவிட்டதா? எனில் இது மெய்யாகவே ஒரு பெரிய உபகாரம் அல்லவா? ஆனால், நடந்தது வேறு. திடீரென்று அமைதியை கிழித்துக்கொண்டு ஆஸ்திரியனின் குரல் கேட்டது. அவர் மனைவி அழ ஆரம்பித்துவிட்டார். யாரும் எதுவும் சொல்லாமலேயே விளங்கிவிட்டது. அவர்கள்சுட்டுக்கொன்றது சிறுத்தையை அல்ல, செல்லநாய் பாபியை. தங்குமிடம் கொடுத்தவர்களுக்கு இப்படியொரு பரிசைக் கொடுத்துவிட்டு தொடர்ந்து அங்கிருக்கமுடியுமா? விழுந்தடித்துக்கொண்டு ஓடினார்கள். மிச்ச பொழுதை வெட்டவெளியில் கழிக்கவேண்டியிருந்தது.

பிறகு, கால்வாய் வெட்டும் வேலை செய்துவந்த ஒருவரின் வீட்டில் இடம் கிடைத்தது. தனது வீட்டின் சமையலறையில் மற்றொரு நண்பருடன் இரவைக் கழிக்க அவர் அனுமதி அளித்தார். அங்கும் ஒரு பிரச்னை. தலையணைக்குப் பதிலாக ஆட்டுத் தோலில் முகத்தைப் புதைத்தபடி படுத்து கிடந்தார் எர்னஸ்டோ. சிறிது நேரத்தில் அந்த நெடி அவரை சிரமப்படுத்த ஆரம்பித்தது. இன்ஹேலரை எடுத்தார். குழலில் இருந்து மூச்சிழுக்கும் போதுதான் கவனித்தார். அவருக்கு அருகில் சலசலப்பு கேட்டது. இத்தனை நேரம் தூங்கிக்கொண்டிருந்தவர் பட்டென்று விழித்துக்கொண்டார். பிறகு மீண்டும் அசையாமல் படுத்துக்கொண்டார். எர்னஸ்டோ மீண்டும் மூச்சை இழுத்தபோது அவர் எச்சரிக்கையடைந்ததுபோல் இருந்தது. உற்றுப் பார்த்த போது போர்வைக்குள்ளே அவர் கையில் ஒரு கத்தி இருந்தது தெரிந்தது.

எர்னஸ்டோவுக்குப் புரிந்துவிட்டது. எனது மூச்சிறைப்பின் ஒலி இவருக்கு ஏதோவொரு மிருகத்தின் ஒலியாகக் கேட்டிருக்கிறது. முந்தைய இரவு நடைபெற்ற சம்பவம் நினைவுக்கு வந்தபோது எர்னஸ்டோவுக்கு நிஜமா கவே பயம் வந்துவிட்டது. இன்னொருமுறை எர்னஸ்டோ இன்ஹேலரை இழுத்திருந்தால், அந்த நபர் நிச்சயம் தனது கத்தியைப் பிரயோகித்திருப்பார். எனவே, சத்தமின்றி அப்படியே படுத்துக் கிடந்தார் எர்னஸ்டோ.

அர்ஜெண்டினா மண்ணில் அது கடைசி நாள். அவர்கள் சிலியின் எல்லையை நோக்கி இப்போது புறப்பட்டிருந்தார்கள். மோட்டார் சைக்கிள் படகில் ஏற்றப்பட்டது. ஏரிகளையும், சுங்கவரி அலுவலகத்தையும், மலைத் தொடரையும் கடந்து முன்னேறிக்கொண்டிருந்தார்கள். படகில் கட்டணம் செலுத்துவதற்குப் பதிலாக வியர்வை பொங்க அவர்கள் உழைத்தார்கள். அங்கிருந்த பல மருத்துவர்களை எர்னஸ்டோ சந்தித்தார். சிலியில் தொழு நோய் இல்லை என்பதால் தொழுநோய் மருத்துவமனை குறித்து எர்னஸ்டோ பகிர்ந்துகொண்ட அனுபவங்களை ('அவ்வப்போது அது பற்றி மிகைப் படுத்தியும் பேசினோம்!') அவர்கள் ஆச்சரியத்துடன் கேட்டுக்கொண் டார்கள். ஈஸ்டர் தீவில் ஒரு தொழுநோய் மருத்துவமனை இருப்பதையும், அந்தத் தீவு மிகவும் அழகானது என்றும் அவர்கள் சொன்னதால் அங்கும் சென்று பார்த்துவிடுவது என்று முடிவுசெய்துகொண்டார்கள்.

பெட்ரோஹாᵔவே என்னும் நகரில் இருந்து ஓஸோர்னோ என்னும் பகுதிக்கு ஒரு வேன் செல்வதாக இருந்தது. அதில் இடம் கிடைக்குமா என்று விசாரித்த போது அங்கிருந்தவர் ஒரு யோசனை கூறினார். எங்களுக்கு ஒரு டிரைவர் தேவைப்படுகிறார், உங்களால் ஓட்டமுடிந்தால் நீங்களும் வரலாம். ஆல்பர்ட்டோ அவசர அவசரமாக எர்னஸ்டோவுக்கு வகுப்பெடுத்தார். பிரேக், க்ளட்ச், கியர், முதல் கியர், இரண்டாவது கியர் என்று தனக்குத் தெரிந்ததை எல்லாம் அவர் சொல்ல ஆரம்பித்தார். முன்னால் மோட்டார் சைக்கிளில் அவர் செல்வார். எர்னஸ்டோ பின்தொடரவேண்டும்.

எர்னஸ்டோ தாறுமாறாக வாகனத்தைச் செலுத்த ஆரம்பித்தார். ஒவ்வொரு முறை சாலையில் திருப்பம் ஏற்படும்போதும் எர்னஸ்டோவுக்கு உதறல் பிறந்துவிடும். படார் படரென்று திரும்புவார். வண்டி ஓட்டுவதில் தடு மாற்றமும் தயக்கமும் இருந்தாலும் கண்ணில் தென்பட்ட இயற்கை காட்சிகளை அனுபவிப்பதில் தடையேதும் இருக்கவில்லை. ஆனால் பிரச்னையே அதுதான். விபத்துகள் நிகழ்வதற்கு அதிக சாத்தியங்களைக் கொண்டிருந்த ஒரு சாலையில் இயற்கையை எப்படி முழுமையாக ரசிக்க முடியும்?

எந்தவிதச் சம்பவமும் நிகழாமல் அந்தப் பயணம் முடிவடைந்தது. குறுக்கே ஓடிய ஒரே ஒரு பன்றிக்குட்டிக்கு மட்டும் அடிபட்டுவிட்டது.

மதுவும் மயக்கமும்

7

சிலி நாட்டு கிராமப்புறங்கள் வழியாகப் பயணம் தொடர்ந்தது. கண்ணில் பட்ட நிலப்பரப்புகளை எர்னஸ்டோ கூர்ந்து கவனித்தார். அர்ஜெண்டினாவில் உள்ளதைப் போல் தரிசு நிலங்கள் அதிகம் இல்லை. விவசாய நிலம் சீராக பிரிக்கப்பட்டிருந்தது. ஒவ்வொரு துண்டு நிலத்திலும் விவசாயம் செய்யப்பட்டிருந்தது. சிலி தேசத்து மக்கள் நட்புணர்வு கொண்டவர்களாக இருந்தார்கள். சென்ற இடமெங்கும் வரவேற்பு கிடைத்தது. சிலியின் விருந்தோம்பல் பண்பு எர்னஸ்டோவை வெகுவாகக் கவர்ந்தது.

கெண்டைக்கால் வரை நீளும் கால்சட்டை ஒன்றை ஒருவர் எர்னஸ்டோவுக்கு அளித்தார். இன்னொரு வீட்டில் நல்ல இருப்பிடம் கிடைத்தது. உறங்குவதற்கு நல்ல போர்வையும் உண்பதற்கு நல்ல உணவும் கிடைத்தது. எல்லாவற்றுக்கும் மேலாக அது பாப்லோ நெரூதாவின் நாடு. எல் ஆஸ்ட்ரால் என்னும் பத்திரிகைக்கு எர்னஸ்டோவும் ஆல்பர்ட்டோவும் பேட்டியளித்தனர். அர்ஜெண்டினா செய்தித்தாள்கள் போலில்லாமல் சிலியின் தாள்கள் ஏராளமான பக்கங்களைக் கொண்டிருந்தன. இரண்டாவது பக்கத்தில் இப்படியொரு குறிப்பு இடம் பெற்றிருந்தது. 'இரண்டு தொழுநோய் மருத்துவ வல்லுநர்கள் அர்ஜெண்டினாவில் இருந்து மோட்டார் சைக்கிளில் தென் அமெரிக்கக் கண்டம் முழுவதும் பயணம் செய்கிறார்கள்.' தற்போது அவர்கள் எங்கு இருக்கிறார்கள், அடுத்து எங்கு செல்லவிருக்கிறார்கள் என்பதையெல்லாம்

அவர்கள் விவரித்திருந்தார்கள். எர்னஸ்டோ எந்த அளவுக்குத் தன்னைப்பற்றி சவடால் அடித்துக்கொண்டிருந்தால் இப்படியொரு செய்தியும் 'வல்லுநர்' என்னும் பட்டமும் கிடைத்திருக்கும் என்பதை எண்ணிப் பார்க்கலாம்!

அவர்களுடைய மோட்டார் சைக்கிளுக்கும்கூட சிலியில் நல்ல மரியாதை கிடைத்தது. வழக்கம்போல் டயர் பஞ்சர் ஆனபோது, அறிமுகமற்ற வர்கள்கூட சிரித்த முகத்துடன் உதவிக்கு வந்தனர். எல்லாம் செய்தித்தாள் செய்த மாயம்! ஒரு மருத்துவ வல்லுநருக்கு உதவி செய்யும் பொன்னான வாய்ப்பு அனைவருக்கும் கிடைத்துவிடுமா என்ன? தயவு செய்து எங்கள் வீட்டுக்கு வாருங்கள் என்று வருந்தி அழைத்து இறைச்சியும் ஒயினும் அளித்து மகிழ்ந்தார்கள். எங்கெல்லாம் போனீர்கள், என்னவெல்லாம் பார்த்தீர்கள் என்று கண்களை விரித்து ஆச்சரியப்பட்டார்கள். எர்னஸ் டோவும் ஆல்பர்ட்டோவும் அப்போதைக்கு என்ன தோன்றுகிறதோ அதைச் சொல்லி அவர்களை மகிழ்வித்தார்கள்.

ஒருமுறை பிரச்னையாகிவிட்டது. மது அருந்துவதற்காகச் சில நண்பர்கள் எர்னஸ்டோவையும் ஆல்பர்ட்டோவையும் வரவேற்றபோது இருவரும் மகிழ்ச்சியுடன் ஒப்புக்கொண்டனர். சிலி நாட்டு ஒயின் எர்னஸ்டோவை மிகவும் கவர்ந்திருந்தது. கணக்கு வழக்கில்லாமல் ஒட்டகம்போல் நிறைய புட்டிகளை அவர் காலி செய்தார். முடித்த கையோடு ஒரு கிராம நடன நிகழ்ச்சிக்குச் செல்லும் வாய்ப்பும் கிடைத்தது.

அதற்குப் பிறகு நடந்ததை எர்னஸ்டோவே பதிவு செய்கிறார். 'அது ஒரு இனிமையான மாலைப்பொழுது. எங்கள் வயிற்றிலும் மனத்திலும் ஒயின் முழுக்க முழுக்க நிறைந்திருந்தது. வொர்க் ஷாப்பில் இருந்த மெக்கானிக் மிகுந்த குடிபோதையில் இருந்ததால் தன்னுடைய மனைவியுடன் நடன மாடும்படி என்னைக் கேட்டுக்கொண்டான். அவனுடைய மனைவி உற்சாக மான மனநிலையிலும் எதற்கும் தயாராகவும் இருந்தாள்.'

மது சாமானியர்களை மட்டுமல்ல வல்லுநர்களையும்கூட மாற்றிவிடுகிறது, தன்னிலை மறக்கச் செய்துவிடுகிறது. 'மதுவை நிறைய குடித்திருந்த நான் அவள் கையைப் பற்றி வெளியே இழுத்துச் சென்றேன். எந்தவித எதிர்ப்பும் காட்டாமல் அவள் என் பின்னால் வந்தாள். ஆனால் தன் கணவன் தன்னையே பார்த்துக்கொண்டிருப்பதை உணர்ந்து தன் மனத்தை மாற்றிக்கொண்டாள்.'

எர்னஸ்டோவால் தன் நிலையை மாற்றிக்கொள்ள முடியவில்லை. 'எதையும் புரிந்துகொள்ளும் மனநிலையில் நான் இல்லை. நடன நிகழ்ச்சி நடை பெற்றுக்கொண்டிருந்த இடத்தில் சிறு சச்சரவு ஏற்பட்டது. எல்லாரும் பார்த்துக்கொண்டிருக்க, நான் அவளை ஒரு கதவை நோக்கி இழுத்தேன். அவள் என்னை உதைக்க முயன்றாள். நான் அவளை இழுக்கவே, அவள் நிலை குலைந்து கீழே விழுந்தாள்.'

அதற்குப் பிறகு நடன அரங்கில் இருந்தவர்கள் மருத்துவர்களைத் துரத்தத் தொடங்கினார்கள். தப்பினால் போதும் என்று எர்னஸ்டோவும் ஆல்பர்ட் டோவும் கிராமத்தை நோக்கி ஓடினார்கள். அதிகாலையில் நினைவு

திரும்பியபோது எர்னஸ்டோ தனது முந்தைய இரவு சம்பவத்தைப் பற்றி என்ன நினைத்திருப்பார்?

ஆனால் அந்தப் பத்திரிகை செய்திக்கு இன்னமும் பலன் இருந்தது என்பதை எர்னஸ்டோ மறுநாள் தெரிந்துகொண்டார். ஒரு புதிய விபத்துக்குப் பிறகு (இந்த முறை ஒரு பசுமாட்டின் கால் மீது ஏறியதில் வண்டி சறுக்கி விழுந்தது) சில ஜெர்மானியர்களின் வரவேற்பு அவர்களுக்குக் கிடைத்தது.

வண்டி இன்னமும் சரியாகவில்லை. மேட்டின்மீது ஏறும் ஒவ்வொரு முறையும் ஏதாவதொரு பாகம் விலகி விழுந்தது. அல்லது வெறுமனே மூச்சு வாங்கியபடி நின்றது. அல்லது உருண்டு விழுந்தது. அமெரிக்கக் கண்டங் களிலேயே உயரமானது என்று சிலியர்களால் அழைக்கப்படும் மாலேகோ என்னும் இடத்தை நோக்கி ஏறத் தொடங்கியபோது, வண்டி மீண்டும் செயலிழந்தது. ஏதாவதொரு வண்டியில் மோட்டார் சைக்கிளையும் ஏற்றிச் செல்லவேண்டும் என்பதால் ஒருநாள் முழுவதும் சாலையிலேயே காத்துக் கிடந்தார்கள். பிறகே வண்டி கிடைத்தது.

குல்லிபுல்லி என்ற ஊரில் தங்கினார்கள். சாலை என்பதே இல்லை என்பது போல் ஒன்றன் பின் ஒன்றாக மேடுகளே அதிகம் இருந்தன. அவற்றில் பல செங்குத்தாக, குட்டி மலைபோல் காட்சியளித்தன. முதல் மேட்டில் ஏறும் போதே மோட்டார் சைக்கிள் உயிரைவிட்டது. காத்திருந்து ஒரு லாரியைப் பிடித்து வண்டியை அதில் ஏற்றி அருகிலுள்ள ஒரு நகரை அடைந்தார்கள். அங்கே ஒரு தீயணைப்புப் படை நிலையத்தில் வண்டியை நிறுத்திவிட்டு சுற்றி வந்தார்கள். தங்குவதற்கு ஓரிடம் கிடைத்தது. சிலியின் ராணுவ லெஃப் டினெண்ட் ஒருவர் அவர்களை வரவேற்றார். அந்த வகையில் மகிழ்ச்சிதான் என்றாலும் மோட்டார் சைக்கிளில் அவர்கள் பயணம் செய்த கடைசி நாளாக அது ஆனதில் நிறையவே வருத்தம். அடுத்து என்ன செய்வது என்று யோசிக்கத் தொடங்கினார்கள்.

அந்த அதிகாரி ஒருமுறை அர்ஜெண்டினா வந்திருந்தபோது, அவருக்கு அங்கு சிறப்பான வரவேற்பு கிடைத்திருந்ததால், தன்னை உபசரித்த நாட்டில் இருந்து வந்திருந்த இரு மருத்துவர்களைத் தக்கமுறையில் பதில் உபசாரம் செய்யவேண்டும் என்று விரும்பினார். எர்னஸ்டோ அவரிடம் விரிவாக உரையாடினார். தீயணைப்புத் தொழில் குறித்து சில அடிப்படைகளையும் தெரிந்துகொண்டார்.

சிலியில் தீயணைப்புப் பணி பொதுச் சேவையாகவே கருதப்பட்டு வந்ததை எர்னஸ்டோ கண்டார். தீயணைப்பு நிலையத்தை நடத்துவது, அந்த நிலையத் துக்குத் தலைமை தாங்குவது ஆகியவை மதிப்புக்குரிய, பெருமைக்குரிய செயல்களாகக் கருதப்பட்டன. வேறு துறைகளில் திறமையுள்ளவர்கள்கூட தீயணைப்புப் படைகள்மீது ஆர்வம் கொண்டிருந்தனர்.

இவர்களுக்கு எப்போதும் வேலை இருக்கும். பெரும்பாலும் மரத்தால் கட்டப்பட்ட வீடுகளே அங்கு இருந்தன என்பதால் தீ விபத்துகள் அவ்வப்

போது நிகழ்ந்துகொண்டிருந்தன. தவிரவும், மக்கள் படிப்பறிவற்றவர் களாகவும் ஏழைகளாகவும் இருந்ததால் அறியாமை காரணமாகவும் தீ விபத்துகள் நேர்ந்தன. அல்லது எர்னஸ்டோ கண்டதைப் போல் மேற்கூறிய அனைத்து காரணங்களும் சிலியில் ஒன்று சேர்ந்து இருந்த காரணத்தாலும் அடிக்கடி தீ விபத்துகள் நேர்ந்தன.

எர்னஸ்டோ தீயணைப்புப் படை நிலையத்தில் தங்கியிருந்த மூன்று நாள்களில் இரண்டு பெரிய தீவிபத்துகளும், ஒரு சிறிய விபத்தும் ஏற்பட்டன.

அதிகாரியின் வீட்டில் இரவைக் கழித்துவிட்டு மறுநாள் தீயணைப்புப் படை நிலையத்துக்குச் சென்று பார்வையிட வேண்டும் என்று எர்னஸ்டோ விரும் பினார். எப்படி தீயணைப்பு வீரர்கள் செயல்படுகிறார்கள், தீயைக் கட்டுப் படுத்துகிறார்கள் என்பதை நேரில் காண அவர் விரும்பினார். ஆனால் வழக்கத்தைப்போலவே, பிணங்களைப்போல் அன்றிரவைத் தூங்கிக் கழித் ததால், அபாயச் சங்கு ஒலிப்பதை அவரால் கேட்கமுடியவில்லை. பணியில் இருந்த ஊழியர்களும் இவர்கள் உறங்குவதை மறந்துவிட்டு, வண்டியுடன் விரைந்துவிட்டனர்.

உறக்கம் கலைந்து எழுந்து பார்த்தபோது யாருமில்லை. நல்ல வாய்ப்பை நழுவ விட்டுவிட்டோமே என்று எர்னஸ்டோ வருத்தப்பட்டபோது அந்த அதிகாரி சாவகாசமான குரலில் சொன்னார். கவலை வேண்டாம்; அடுத்த விபத்து நேரும்போது அழைத்துச் செல்கிறோம்.

நம்பிக்கையற்ற தருணம்

8

'லாஸ் ஏஞ்சல்ஸ் எங்களிடமிருந்து விடை பெற்றது. சிறிய 'சே'வும் பெரிய 'சே'வும் (அதாவது கிரானடோவும் நானும்) வருத்தத்துடன் நண்பர்களின் கைகளைக் கடைசி முறையாகக் குலுக்கி விடைபெற்றோம். லாரி சாண்டியாகோவுக்குக் கிளம்பியது. அதன் பின்பகுதியில் லா பாடெரோஸாவின் பிணம்.'

அர்ஜெண்டினாவில் 'சே' என்பதன் பொருள் நண்பர், தோழர் என்பதாகும். ஸ்பானிய மொழி பேசுபவர்கள் பிற நாட்டினரை 'சே' என்று அழைக்கும் வழக்கம் இருந்தது. எர்னஸ்டோ குவரோவுக்கு 'சே' என்னும் பெயர் இப்படித்தான் ஒட்டிக்கொண்டிருக்கவேண்டும்.

இருவரும் சாண்டியாகோவை அடைந்தனர்.

முதல் பார்வையில் சாண்டியாகோ அர்ஜெண்டிய நகரைப் போலவே காட்சியளித்தது. குறிப்பாகச் சொல்வதானால் எர்னஸ்டோ கார்டோபோவை மீண்டும் ஒருமுறை பார்ப்பதாகவே நினைத்துக் கொண்டார். சிலியின் தலைநகரமான சாண்டியாகோ லத்தீன் அமெரிக்க நகரங்களில் முக்கியமான ஓரிடத்தைப் பிடித்திருந்தது. பரபரப்பாக மக்கள் அங்கும் இங்கும் விரைந்துகொண்டிருந்தார்கள். பல வகையான வாகனங்கள் சாலைகளில் பறந்து கொண்டிருந்தன. போக்குவரத்து மிகுதியாகவே இருந்தது. மற்றபடி கட்டடங்கள், தெருக்கள், வானிலை அனைத்தும் அர்ஜெண்டினாவையே நினைவுபடுத்தின. மக்களும்கூட கிட்டத்தட்ட

பரிச்சயமானவர்களைப் போலவே காட்சியளித்தார்கள்.

தூதரக அதிகாரி ஒருவரின் அலுவலகத்தில் ஒதுங்கிக்கொள்ள இடம் கிடைத்தது. ஆசுவாசப்படுத்திக்கொண்ட பிறகு அடுத்த கட்ட பயணத்தைத் திட்டமிடத் தொடங்கினார்கள். முதலில் ஆவணப் பணிகளை நிறை வேற்றிவிடவேண்டும். சிலியைத் தொடர்ந்து பெரு செல்லவேண்டியிருப் பதால் அதற்கான ஆவணங்களை இப்போதே பெற்றுவிட விரும்பினார் எர்னஸ்டோ.

பெரு செல்ல அர்ஜெண்டினா அயலுறவு அதிகாரியின் கடிதம் தேவை. அந்தக் கடிதத்தைக் கொண்டுதான் விசா வாங்கவேண்டும். ஆனால், அந்த அதிகாரி கடிதம் எழுதித் தர மறுத்துவிட்டார். மோட்டார் சைக்கிளில் பெருவுக்குச் செல்லும் திட்டம் அவரைக் கவரவில்லை போலும். இறுதியில் 400 சிலிய பெஸோக்கள் செலுத்தி கடிதத்தைப் பெற்றுக்கொண்டார்கள்.

'கடைசியாக, அந்த முக்கியமான நாளும் வந்தது. அன்று ஆல்பர்ட்டோவின் கண்களில் கண்ணீர் பெருக, லா பாடெரோஸாவிடமிருந்து விடைபெற்றோம்.' உணர்ச்சிபூர்வமான உறவுமுறை என்பதைத் தாண்டி அந்த மோட்டார் சைக்கிள் பல வழிகளில் அவர்களுக்கு உபயோகமாக இருந்தது. பஞ்சர் ஆன டயரை உருட்டியபடி, ஐயா எங்களுக்குத் தங்க இடம் கிடைக்குமா, சிறிது உணவு கிடைக்குமா என்று கேட்டால் யார்தான் மறுப்பார்கள்? வண்டி இல்லை என்றானபிறகு எப்படி பிறருடைய அனுதாபத்தைச் சம்பாதிப்பது? தவிரவும், ஒவ்வொரு முறையும் ஏதாவதொரு வண்டிக்காரரின் தயவை எதிர்பார்த்து காத்திருக்கவேண்டியிருக்கும். மோட்டார் சைக்கிள் இல்லாத பயணத்தை நினைத்துப் பார்க்கும்போதே உதறலாக இருந்தது.

சாகசப் பயணத்தில் அது ஒரு புதிய கட்டம் என்று குறிப்பிடுகிறார் எர்னஸ்டோ. 'காலங்காலமாகத் தொடர்ந்து வரும் பயணிகள் என்ற மரபில் வந்தவர்கள் நாங்கள். நாங்கள் வாங்கியிருந்த பட்டங்கள் மக்களிடமிருந்து எங்களுக்கு மதிப்பைப் பெற்றுத் தந்தன. இப்போது நாங்கள் அந்த மரபைச் சேர்ந்தவர்கள் இல்லை. மேட்டுக்குடித் தோற்றம் எங்களிடமிருந்து மறைந்து விட்டது.' முதுகில் பையோடு தெருக்களில் சுற்றிக்கொண்டிருந்தார்கள். சோர்வு அதிகரித்துக்கொண்டே சென்றது.

வால்பரைசோ (Valparaiso) என்னும் நகரத்தை வந்தடைந்தார்கள். சந்து, பொந்துகள் எதையும் விட்டுவைக்கவில்லை எர்னஸ்டோ. அதிகாலையே சுற்றியலையத் தொடங்கிவிட்டார். கடலை நோக்கி இறங்கும் மலைச் சரிவில் வளைகுடாவை நோக்கி அந்த நகரம் அமைந்திருந்தது. பத்தொன்ப தாம் நூற்றாண்டின் இடையில் வால்பரைசோ முக்கியத்துவம் வாய்ந்த ஒரு பகுதியாக மாறியது. அட்லாண்டிக் மற்றும் பசிபிக் கடல்களுக்கு இடையில் பயணம் மேற்கொள்ளும் கப்பல்கள் இங்கு நின்று இளைப்பாறிச் சென்றன. வளம் பெருகத்தொடங்கியதும் ஐரோப்பியர்கள் மெல்ல மெல்ல இங்கு குடியேறத் தொடங்கினார்கள். பசிபிக்கின் பொன் நகரம் என்றும் சின்ன சான் பிரான்ஸிஸ்கோ என்றும் இந்நகரம் அழைக்கப்படலாயிற்று.

வளமான கட்டடங்களையும் பரபரப்பான சாலைகளையும் கடந்து வால்பரைசோவின் இருண்ட வீதிகளில் நுழைந்தார் எர்னஸ்டோ. எல்லா நகரங்களைப்போல் இங்கும் செழுமையும் வறுமையும் அருகருகே காணப் பட்டன. தெருக்களின் ஓரங்களில் பிச்சைக்காரர்கள் அமர்ந்திருந்தார்கள். துர்நாற்றம் வீசியது. குப்பைகள் நிரம்பி வழிந்துகொண்டிருந்தன. புகை மூட்டம் மூக்கை அடைத்தது. எர்னஸ்டோ அமர்ந்து பிச்சைக்காரர்களுடன் பேசத் தொடங்கினார். ஒரு நகரை முழுமையாகவும் நேர்மையாகவும் அறிந்துகொள்ளவேண்டு மானால் அதன் பளபளப்பை மட்டும் பார்த்து விட்டு திருப்தியடைந்துவிடக்கூடாது. சிவப்புக் கம்பளம் விரிக்கப்பட்ட அருங்காட்சியகங்களையும் அரண்மனைகளையும் வரலாற்றுச் சிறப்புமிக்க கட்டடங்களையும் கலைக்கூடங்களையும் மட்டும் கண்டுவிட்டுத் திரும்பி விடக்கூடாது. இவை நகரத்தின் முகவரி ஆகிவிடாது.

நாணயத்தின் இன்னொரு பக்கம்போல் நகரின் இன்னொரு பக்கம் மறைந்து கிடக்கும். அங்கு ஒளி இருக்காது. சுத்தம் இருக்காது. நாகரிகத்தின் பகட்டுத் தனம் இருக்காது. செழுமை காணக்கிடைக்காது. பல சமயங்களில் மூக்கைப் பொத்திக்கொண்டுதான் நுழையவேண்டியிருக்கும். கண்களையும் மூடிக் கொண்டுவிடலாமே என்று தோன்றும்படி வறுமையின் கோரக் காட்சிகள் முகத்தில் அறையும். எர்னஸ்டோவுக்கு இந்த அனுபவம் முக்கியம் என்று பட்டது. 'ஒரு குரூரமான தீவிரத்தோடு வறுமையை உணர முயன்றோம். நகரத்தின் ஆழத்தை அறிய முயற்சித்தோம்.'

ஒரு வயதான ஆஸ்துமா நோயாளியை அவள் இல்லத்துக்குச் சென்று சந்தித்தார் எர்னஸ்டோ. 'பரிதாபத்துக்குரிய அந்தப் பெண் மிகவும் மோச மான நிலையில் இருந்தாள். வியர்வை நாற்றமும் சேறுபடிந்த கால்களுமாக அவள் காட்சியளித்தாள். துர்நாற்றம் நிறைந்த அறையில் அடைந்து கிடந்தாள். அவளுடைய அறையிலிருந்த ஆடம்பரப் பொருள்கள் இரண்டு நாற்காலிகள்தாம்.'

சற்றுமுன்னால்தான் ஈஸ்டர் தீவுகள் குறித்த கற்பனையில் ஆழ்ந்துபோயிருந் தார் எர்னஸ்டோ. பசிபிக் சமுத்திரத்தின் தென்கிழக்குப் பகுதியில் அமைந் துள்ள பாலினீஷியத் தீவு இது. பாலினீஷியா என்பது ஓஷியானாவின் (பசிபிக் மற்றும் அதைச் சுற்றியுள்ள நிலத்தையும் தீவுகளையும் குறிக்கும் பெயர்) ஓர் உப பிரிவு. ஈஸ்டர் தீவு, சிலியின் ஆளுகைக்கு உட்பட்ட சிறப்பு மண்டல மாகும். மோவாய் (maoi) என்று அழைக்கப்படும் பல நினைவுச் சின்னங்கள் இந்தத் தீவில் அமைந்துள்ளன. ராப்ப நூயீ என்று அழைக்கப்பட்ட பழங்குடி மக்களால் உருவாக்கப்பட்ட சின்னங்கள் இவை. வரிசையாக மனித உருவங்கள் நிற்பது போல் இவை காட்சியளிக்கும். இவற்றை 1990களில்தான் சிலியைச் சேர்ந்த தொல்பொருள் அறிஞர்கள் மீட்டெடுத்தார்கள். யுனெஸ் கோவின் உலகப் பாரம்பரிய இடங்களில் ஒன்றாக இது விளங்குகிறது.

எர்னஸ்டோ காலத்தில் ஈஸ்டர் தீவுகள் உல்லாசத்துக்கான ஓரிடமாக இருந்தது. அழகான நகரம், அழகான பெண்கள், வேலையே செய்ய

வேண்டியதில்லை, முழுமுற்றான உல்லாசம் என்றெல்லாம் வர்ணிக்கப் பட்ட அந்தச் சொர்க்கத்தைக் கண்டுவிட துடித்துக்கொண்டிருந்தார் எர்னஸ்டோ. கப்பல்கள் ஏதேனும் செல்கின்றனவா என்று விசாரித்தபோது, அடுத்த ஆறு மாதங்களுக்குச் சாத்தியமில்லை என்று பதில் வந்தது.

மனம் வானத்தில் பறந்துகொண்டிருந்தாலும் எர்னஸ்டோவின் கால்கள் வலுவாக நிலத்தில் ஊன்றியே இருந்தது. அதனால்தான் நாற்றமடிக்கும் சிலியின் வீதிகளில் நுழைந்ததும் கனவுகள் காணாமல்போய் யதார்த்தம் உருப்பெற்று நின்றது. சிறகுகள் வெட்டப்பட்ட பறவைபோல் துடித்தார் எர்னஸ்டோ.

'அவளுக்கு ஆஸ்துமா மட்டுமின்றி இதய நோயும் இருந்தது. தன்னால் எதுவும் செய்யமுடியாது என்று உணரும் இத்தகைய தருணங்களில்தான் மாற்றம் நிகழவேண்டும் என்று ஒரு மருத்துவர் விரும்புகிறார்... ஒரு பணிப்பெண்ணாக வேலை செய்து வாழ்க்கை நடத்தி வந்தாள் அந்தப் பெண். அவள் வாழ்ந்து வந்த அந்த சமூக அமைப்பின் அநீதியை ஒழித்துக்கட்டக் கூடிய ஒரு மாற்றம் வரவேண்டுமென்று அந்த மருத்துவர் விரும்புகிறார். இப்படிப்பட்ட சூழ்நிலைகளில்தான், அடிப்படைச் செலவுகளைக்கூடச் சமாளிக்க முடியாத ஏழைக் குடும்பங்களைச் சேர்ந்தவர்கள், மறைக்க முடியாத மனக்கசப்புக்கு நடுவில் மாட்டிக்கொள்கிறார்கள். அவர்கள் அதன் பிறகு தந்தையாகவோ, தாயாகவோ, சகோதரியாகவோ இருப்பதில்லை. வாழ்க்கைப் போராட்டத்தில் முழுமையான எதிர்மறை சக்திகளாக மாறிவிடுகிறார்கள்.'

வருத்தும் நோய், ஏழைமை, கையாலாகாத்தனம் ஆகியவற்றுடன் சேர்த்து புறக்கணிப்பும் நிகழ்ந்துவிடுவதைக் கண்டு துடித்துப் போனார் எர்னஸ்டோ. இவர்களை ஆதரிக்க யாருமில்லை. உறவினர்களும் நண்பர்களும் நோய் தாக்கியவர்களை அவமானகரமான, விட்டொழிக்கவேண்டிய அல்லது குறைந்தபட்சம் விட்டகலவேண்டிய பொருள்களாகக் கருதுகிறார்கள். நோயோடு சேர்த்து இந்த வகை புறக்கணிப்பும் இவர்களைத் தாக்கி வீழ்த்து கிறது. இவர்களுடைய ஒரே நம்பிக்கை நாளைய பற்றிய கனவு மட்டுமே. நாளை உலகம் மாறும், நானும் மாறுவேன் என்னும் நம்பிக்கைக் கணம் மட்டுமே இவர்களை வாழவைத்துக்கொண்டிருக்கிறது. உலகத் தொழிலாளி வர்க்க வாழ்வின் ஆழமான அவலத்தை எர்னஸ்டோ அங்கே தரிசித்தார்.

அந்தப் பெண்மணிக்கு எப்படி உதவுவது? எப்படிப்பட்ட ஆறுதலை அளிப்பது? எர்னஸ்டோ திகைத்து நின்றார். 'அந்தக் கண்களில் மன்னிப்பை இறைஞ்சும் தாழ்மையான வேண்டுகோள் தெரிகிறது... இன்னும் சிறிது நேரத்தில் கரைந்துவிடப்போகின்ற அவர்களின் உடல்களைப்போலவே, ஆறுதலைக் கேட்டு அடிக்கடி மன்றாடும் பயனற்ற வேண்டுதல்களும் வெற்றிடத்தில் கரைந்துபோய்விடுகின்றன.'

எனில், மாற்றம் என்பது சாத்தியமற்றதா? இந்நிலையை யார் மாற்றுவது? யாருக்கு அந்தப் பொறுப்பு இருக்கிறது? அவர்கள் என்ன செய்கிறார்கள்?

இப்படிப்பட்டவர்கள் தவிர்க்கவியலாதவர்கள் என்று அவர்கள் சொல்லப் போகிறார்களா? பிச்சைக்காரர்களும் நோயாளிகளும் இல்லாத இடமே இல்லை என்று சொல்லி தப்பித்துக்கொள்ளப் போகிறார்களா? அபத்தனமான ஏற்றத்தாழ்வின் அடிப்படையில் அமைந்த இந்த நியதி இன்னும் எவ்வளவு காலத்துக்கு நீடிக்கப்போகிறது என்று ஆச்சரியம் கொண்டார் எர்னஸ்டோ. ஏழைமை, நோய் அனைத்துக்கும் அடிப்படையான இந்த ஏற்றத்தாழ்வை ஒழிக்க அரசு எந்தவித அக்கறையும் கொண்டிருக்கவில்லை என்பதையும் இது கிட்டத்தட்ட லத்தீன் அமெரிக்க நாடுகள் அனைத்துக்குமான பொது விதி என்பதையும் எர்னஸ்டோ உணர்ந்துகொண்டார். ஆட்சியாளர்களுக்குத் தங்கள் இருப்பு மட்டுமே முக்கியம். எனவே தன்னைப் பலப்படுத்திக்கொள் வதிலும் தன் எதிரிகளை ஒழித்துக்கட்டுவதிலும் மட்டுமே ஒரு ஆட்சியாளர் ஆர்வம் கொண்டுள்ளார். படை பலத்தைப் பெருக்கிக்கொள்வது மட்டுமே அவருக்கு முக்கியம். மக்கள் நலன் அல்ல.

வாடிக் கிடந்த அந்தப் பெண்ணுக்கு நம்பிக்கையளிக்கும் விதமாக அளிக்க எர்னஸ்டோவிடம் எதுவுமில்லை. எப்படிப்பட்ட உணவை உட்கொள்ள வேண்டும் என்பது குறித்து சில ஆலோசனைகள் கூறினார். சில மாத்திரைகள் எழுதிக் கொடுத்தார். தன்னிடம் இருந்த சில மாத்திரைகளை அளித்தார். பணிவான குரலில் அவள் நன்றி தெரிவித்தாள். குடும்பத்தினர் எர்னஸ் டோவுக்கு விடைகொடுத்தனர். அவர்களது பார்வையை எர்னஸ்டோவால் மறக்கமுடியவில்லை. ஒரு சொட்டு நம்பிக்கையும் இல்லாமல் வெறித்துப் போயிருந்தது அவர்கள் முகம்.

ஒரு கம்யூனிஸ்ட் தம்பதி

ஈஸ்டர் தீவு இன்னமும் கனவாகவே நீடித்துக் கொண்டிருந்தது. அங்கே செல்வதற்கான அத்தனை சாத்தியங்களும் மறுக்கப்பட்ட நிலையில் அனைவரும் அந்த இடத்தைப் பற்றியே சிலாகித்துப் பேசிக் கொண்டிருந்தது எர்னஸ்டோவையும் ஆல்பர்ட்டோவையும் தவிக்க வைத்தது. திடீரென்று ஆல்பர்ட்டோ கேட்டார். 'கப்பல் அதிகாரியின் அனுமதி கிடைக்காவிட்டால் என்ன? யாருக்கும் தெரியாமல் கப்பலுக்குள் சென்று ஒளிந்துகொண்டால் என்ன?' மாலுமியிடம் மட்டும் சொல்லிவிட்டு கப்பலுக்குள் ஒளிந்துகொண்டுவிடலாம் என்னும் ஆல்பர்ட்டோவின் திட்டம் எர்னஸ்டோவுக்கும் பிடித்துப் போனது.

துறைமுகம் நோக்கி இருவரும் நடந்தார்கள். முதலில் சுங்கவரி அலுவலகம்தான் அவர்களை வரவேற்றது. சிரமம் எதுவுமின்றி கடந்து சென்றார்கள். சான் அன்டோனியோ கப்பல் தயாராக இருந்தது. இவர்களும் தயாராகவே இருந்தனர். கப்பல் கரையோரம் ஒதுங்கியது. ஷிப்ட் முடிந்து மேற்பார்வையாளர் உள்ளே நுழைந்தார். ஒவ்வொருவரையும் கவனமாகப் பரிசோதித்து உள்ளே அனுமதிக்கும் அந்த நபரைப் பார்க்கும்போதே தெரிந்தது. கடுமையானவர், உதவக்கூடியவர் அல்லர்.

9

உடனடியாக ஒரு மாற்று ஏற்பாடு செய்யப்பட்டது. கிரேன் ஓட்டுநரிடம் உரையாடி அவரை நண்பராக்கிக்கொண்டார்கள். அவர் இவர்களுக்கு உதவ

ஒப்புக்கொண்டார். அன்றைய இரவு முழுவதும் இருவரும் கிரேனுக்குள் காத்திருந்தார்கள். அவர் சைகை கொடுத்ததும் சட்டென்று கப்பலுக்குள் நுழைந்து அதிகாரிகளுக்கான கழிப்பறையில் பதுங்கிக்கொண்டார்கள். வாகான நேரம் அமையும்போது அவர்கள் வெளியில் வரவேண்டும் என்பது திட்டம். ஆனால் அப்படியானவொரு சமயம் வருவதாகவே இல்லை. எவ்வளவு நேரம்தான் கழிப்பறைக்குள் அடங்கியிருப்பது? நாற்றமும் குமட்டலும் அலைக்கழிக்க, இதற்கு மேலும் பொறுக்கமுடியாது என்று கதவைத் திறந்துகொண்டு வெளியே வந்தார்கள்.

கேப்டன் முன்னால் சென்று நின்றார்கள். 'கப்பலில் ஏறிக் குதித்துவிட்டால் போதும், எங்கு வேண்டுமானாலும் சென்றுவிடலாம் என்று நினைத்துக் கொண்டாயா?' இருவருக்கும் உணவு கொண்டு வரச்சொன்னார் கேப்டன். சாப்பிட்டு முடித்ததும் வேலையும் கொடுக்கப்பட்டது. ஆல்பர்ட்டோ உருளைக் கிழங்கு உரிக்கவேண்டும். எர்னஸ்டோ, கழிப்பறையைச் சுத்தம் செய்யவேண்டும். ஆல்பர்ட்டோ புன்சிரிப்புடன் நகர்ந்து செல்ல, எர்னஸ்டோ தலைமீது கை வைத்து உட்கார்ந்துகொண்டார். இதற்கு கழிப்பறையிலேயே அடைந்து கிடந்திருக்கலாமோ!

கோபத்தையும் சலிப்பையும் ஒழித்துக்கட்டிவிட்டு வேலையைச் செய்து முடித்தார் எர்னஸ்டோ. அடுத்தடுத்து பல காரியங்களை அவர் செய்ய வேண்டியிருந்தது. மண்ணெண்ணெய் விட்டு கப்பலைத் துடைக்க வேண்டும். கூட்டிப் பெருக்கவேண்டும். இடையிடையே உறக்கம், உணவு, ஓய்வு. முடிந்ததும் மீண்டும் வேலை. கப்பல் கட்டணத்துக்கு இணையாக வேலைகள் செய்துகொடுத்துவிடவேண்டும் என்றுதான் எர்னஸ்டோவும் நினைத்தார் என்றாலும், அதற்கும் அதிகமாக வேலை வாங்கிக்கொள்கிறார்களோ என்னும் எண்ணமும் எழுந்துகொண்டே இருந்தது.

அவ்வப்போது எர்னஸ்டோவும் யோசனையில் ஆழ்ந்துவிடுவதுண்டு. அறிமுகமில்லாத ஓரிடத்தில் எதற்காக கழிவறையைச் சுத்தம் செய்து கொண்டிருக்கிறேன்? இதிலிருந்து எனக்குக் கிடைக்கப்போவது என்ன? எதற்காக ஈஸ்டர் தீவுகள்? எதற்காக சிலி? என்ன தெரிந்துகொள்ளப் போகிறேன்? இந்த அனுபவங்கள் எப்படி எனக்குப் பயனளிக்கப்போகிறது? 'எப்போதும், எதிலும் ஆர்வம் கொண்டவர்களாக இருந்தோம். காணும் எல்லாவற்றையும் பற்றி நுணுக்கமாகத் தெரிந்துகொள்ள விரும்பினோம். நாங்கள் நுழையாத இடமில்லை. அறிய விரும்பாத பொருள் இல்லை. அதே சமயம், எதனுடனும் எங்களைப் பிணைத்துக்கொள்ள நாங்கள் விரும்பவில்லை. தேக்கமடைந்துவிடும் உத்தேசமில்லை எங்களுக்கு. அதனால்தான் ஓரிடத்தில் நிலையாகத் தங்கியிருக்க எங்களால் முடியவில்லை. நுணுக்கமாகத் தெரிந்துகொள்ள விரும்பினோமே ஒழிய அடியாழம் வரை சென்று பார்க்கவேண்டும் என்று விரும்பவில்லை. எப்போதும் ஓடிக்கொண்டே இருந்ததால் எல்லாவற்றையும் பற்றி மேலோட்டமாகத் தெரிந்துகொள்வதே எங்களுக்குப் போதுமானதாக இருந்தது.'

கப்பல் பயணம் முடிவுக்கு வந்தது. மாலுமிகளிடம் இருந்து விடைபெற்றுக் கொண்டார்கள். இப்போது தாமிரச் சுரங்கமான சூக்கிகாமாட்டாவை (Chuquicamata) நோக்கி அவர்கள் இப்போது நடந்துகொண்டிருந்தனர். சுரங் கத்துக்குச் செல்வதானால் அதிகாரிகளின் அனுமதியைப் பெறவேண்டும். அதற்காக ஒருநாள் காத்திருக்கவேண்டியிருந்தது. பிறகு ஒரு வேன் பிடித்து பாக்தானோ என்னும் ஊருக்குச் சென்றார்கள். வழியில் அந்தத் தம்பதியைச் சந்தித்தார் எர்னஸ்டோ. சிலியத் தொழிலாளர்களாக இருந்த அவர்கள் கம்யூனிஸ்டுகளாகவும் இருந்தார்கள்.

'மெழுகுவர்த்தியின் வெளிச்சத்தில், மேட் பானத்தைக் குடித்தபடி, ரொட்டித் துண்டையும் பாலாடைக்கட்டியையும் சாப்பிட்டபடி அந்த மனிதர் காட்சி யளித்தார். அவருடைய முகம் சுருக்கங்கள் நிறைந்து காணப்பட்டது. ஒரு புதிரான, துயரமான உணர்வை ஏற்படுத்தியது. தான் சிறையில் கழித்த மூன்று மாதங்களைப் பற்றியும், பட்டினியால் வாடியபோதிலும் அசாதாரணமான விசுவாசத்துடன் தன்னைப் பின்தொடர்ந்த தனது மனைவியைப் பற்றியும், கனிவான அண்டை வீட்டுக்காரர்களின் பாதுகாப்பில் இருக்கும் தனது குழந்தை களைப் பற்றியும், வேலை தேடி தான் மேற்கொண்ட பயனற்ற பயணங்கள் பற்றியும், புதிரான விதத்தில் காணாமல் போனவர்களும் கடலில் மூழ்கி விட்ட தாகக் கருதப்பட்டவர்களுமான தனது தோழர்களைப் பற்றியும் தெளிவாக, சாதாரண மொழியில் அவர் எங்களிடம் விவரித்தார்.'

எர்னஸ்டோ அந்தக் கம்யூனிஸ்ட் தம்பதியை ஆச்சரியத்துடன் கவனித்தார். பாலைவனக் குளிர் அவர்களை வருத்திக்கொண்டிருந்ததை அவரால் உணர முடிந்தது. குளிரில் இருந்து தப்பிக்க அவர்கள் ஒருவருக்கொருவர் நெருக் கமாக அமர்ந்திருந்தனர். உலகத் தொழிலாளி வர்க்கத்தின் வாழும் பிரதி நிதிகள் என்று அவர்களைப் பார்த்த மாத்திரத்திலேயே எர்னஸ்டோவால் உணரமுடிந்தது. அவர்களிடம் போர்வை இல்லை. இந்தக் கடும் குளிரில் போர்வையின்றி நடமாட ஏழைகளையும் கம்யூனிஸ்டுகளையும் தவிர வேறு யாரால் முடியும்? எர்னஸ்டோ தான் வாசித்த புத்தகங்களையும் அதில் உள்ள கம்யூனிஸ்ட் செயல்வீரர்களையும் நினைத்துக்கொண்டார். அடிப்படைத் தேவைகளைக்கூட புறக்கணித்துவிட்டு உழைக்கும் மக்களைக் காணவும் அவர்களோடு ஒன்றிணையவும் வந்திருக்கும் இந்த ஜோடியைக் காணும் போது அவருக்கு ஆனந்தம் பொங்கியது.

குழந்தைகள் பக்கத்து வீட்டில் வளர்கிறார்கள். மனைவி, பட்டினியால் வாடினாலும் தன் கணவரை விசுவாசத்துடன் பின்தொடர்ந்துகொண்டிருக் கிறார். தன் பட்டினி இவருக்கு முக்கியமில்லை. தன் குழந்தைகள் குறித்து இவர்களுக்கு அக்கறையில்லை. நான், எனது என்னும் வட்டங்களை இவர்கள் கடந்துவிட்டார்கள். மலைகளையும் காடுகளையும் பாலைவனங் களையும் கடந்து இவர்கள் இங்கு வந்திருக்கிறார்கள். இவர்கள் பயணிகள். கம்யூனிஸ்டுகளாகவும் இவர்கள் இருப்பதால் இவர்கள் கண்களில் ஏழைகள் தென்படுவதில்லை. பிச்சைக்காரர்களும் வீடற்றவர்களும் தென்படு வதில்லை. இவர்கள் ஏழைமையைக் காண்கிறார்கள். அந்த ஏழைமைக்கான

56

காரணங்களை இவர்களால் துல்லியமாகத் தரிசிக்கமுடிகிறது. இந்தத் தரிசனத்துக்காகத்தான் இவர்கள் வாழ்கிறார்கள்.

எர்னஸ்டோ தன் போர்வையை அவர்களுக்கு அளித்தார். ஆல்பர்ட்டோவிடம் உள்ள போர்வையில் எர்னஸ்டோவும் ஒட்டிக்கொண்டார். ஒன்றுமே இல்லாமல் இருக்கும் இருவருக்கு முன்னால் ஆளுக்கொரு போர்வையுடன் ஒய்யாரமாக நடைபோடுவது அவருக்கு அவமானமாக இருந்திருக்க வேண்டும். 'என் வாழ்க்கையிலேயே நான் அனுபவித்த மிகக் குளிரான நாள் அது. அதுமட்டுமல்ல, (எனக்கு) வினோதமாகத் தோன்றிய இந்த மனிதர் களுடன் மிக நெருக்கமாக இருந்து நான் கழித்த ஓர் இரவும் அதுதான்.'

அவர்களிடம் இருந்து விடைபெற்றுக்கொண்டு மலைகளில் இருந்த கந்தகச் சுரங்கங்களை நோக்கி புறப்பட்டனர். அசாதாரணமானதாக இருந்தது அந்தப் பகுதி. 'அந்த மலைகளின் தட்பவெப்ப நிலை மிகவும் மோசமானது. அங்கே ஒருவருடைய அரசியல் ஈடுபாடு எப்படிப்பட்டது என்று யாரும் கேட்ப தில்லை. வேலை செய்வதற்கான அனுமதிச் சீட்டு உங்களிடம் இருக்க வேண்டும் என்ற அவசியமில்லை. அங்கே வாழ்வது அந்த அளவுக்கு மோச மானது. சில ரொட்டித் துண்டுகளுக்காக தொழிலாளி தனது உடல்நலத்தைப் பொருட்படுத்தாமல் வேலை செய்யத் தயாராக இருக்கவேண்டும். அவ்வளவுதான்.'

பல மைல்கள் கடந்து வந்த பிறகும் எர்னஸ்டோவால் அந்தக் கம்யூனிஸ்ட் தம்பதியை மறக்கமுடியவில்லை. அவர்கள் அடுத்து எங்கே செல்வார்கள்? என்ன காண்பார்கள்? என்ன தெரிந்துகொள்வார்கள்? அவர்கள் பயணம் எப்போது, எங்கே முடிவடையும்? தவிர்க்கவியலாதபடி, தன்னை அவர் களுடன் ஒப்பிட்டுப் பார்த்துக்கொண்டார் எர்னஸ்டோ. நானும் அவர்களைப் போல்தான் சுற்றிக்கொண்டிருக்கிறேன் என்றாலும் ஏதோவொரு அம்சம் அவர்களை என்னிடம் இருந்து பிரித்து காட்டுகிறது.

'வாருங்கள் தோழர்களே, வந்து எங்களோடு சாப்பிடுங்கள். நானும் ஒரு நாடோடிதான்' என்று அந்தக் கம்யூனிஸ்ட் அழைத்தது நினைவுக்கு வந்தது. அவரோடு ஒப்பிடும்போது தன் பயணம் மிகவும் சாதாரணமானது என்று எர்னஸ்டோவுக்குத் தோன்றியது. தனது வீரதீர சாகசங்கள் ஒன்றுமேயில்லை என்பதும் புரிந்தது. 'அவருடைய வார்த்தைகள் எங்கள் இலக்கற்ற பயண த்தை ஒட்டுண்ணித்தனமானது என்று அவர் ஏளனம் செய்கிறார் என்பதை உணர்த்தியது.'

தனது வாசிப்பையும் இதுவரையில் தனக்குக் கிடைத்த பயண அனுபவங் களையும் ஒன்றுதிரட்டி, ஒன்றின்மீது ஒன்றைப் பொருத்தி ஆராய்ந்து பார்த்தார். தான் சந்தித்த அந்தக் கம்யூனிஸ்ட் தம்பதி ஏன் சமூகத்தால் எதிர்க்கப் படுகிறார்கள் என்பதை அலசினார். 'இப்படிப்பட்ட மனிதர்களின்மீதுதான் அடக்குமுறை மேற்கொள்ளப்படுகிறது என்பதை நினைத்தாலே உள்ளம் பதறுகிறது.' ஆனால், எதிர்ப்பையும்மீறி அவர்கள் எதற்காக கம்யூனிச தத்துவத்தின்மீது இவ்வளவு பிடிப்புடன் இருக்கிறார்கள் என்பதையும்

யோசித்தார். எந்தவொரு தத்துவமும் ஒரு சாராருக்குப் பிடித்தமானதாகவும் இன்னொரு சாராருக்கு விருப்பமற்றதாகவும் திகழ்கிறது. யாருக்கு எது பிடித்திருக்கிறது, ஏன் என்பதைக் கண்டறிந்தால்தான் அந்தத் தத்துவத்தின் உண்மைத்தன்மையை எடைபோடமுடியும்.

கம்யூனிசம் இங்கு யாரால் அபாயமாகப் பார்க்கப்படுகிறது? யாரால் உயிருக்கு உயிரானதாகத் தழுவப்படுகிறது? 'ஒரு சமூகத்தின் ஆரோக்கிய மான வாழ்வுக்கு 'கம்யூனிசப் புழு' அபாயத்தை ஏற்படுத்துகிறதா அல்லது ஏற்படுத்துவதில்லையா என்ற கேள்வியை ஒதுக்கிவிட்டுப் பார்த்தால், தொடரும் பட்டினிக்கு எதிரான ஒரு விருப்பமாக கம்யூனிசம் இங்கு இயல் பாக எழுகிறது.'

கற்பதற்குக் கடினமாக இருக்கும் ஒரு தத்துவம் ஒரு சாராரால் மிக எளிமை யாகவும் அர்த்தப்படுத்திக்கொள்ளப்படுகிறது. புரிந்துகொள்ளவேண்டிய அவசியம்கூட இல்லாமல் அந்தத் தத்துவம் அவர்களால் நேசிக்கப்படுகிறது. விநோதமான, வெகுளித்தனமான முறையில் அந்தத் தத்துவம் அவர்களுக்கு நம்பிக்கையும் ஊட்டுகிறது. 'தங்களால் புரிந்துகொள்ளமுடியாத அந்தக் கோட்பாட்டை இந்த மனிதர்கள் நேசிக்கிறார்கள். அவர்களைப் பொருத்த வரை அதன் அர்த்தம் 'ஏழைகளுக்கு உணவு' என்பதுதான். இந்த அர்த்தம் அவர்களால் புரிந்துகொள்ளப்படக்கூடியது. அவர்களின் வாழ்வை நிரப்பக் கூடியது.'

வாசித்திருந்த சித்தாந்தங்கள் நினைவுகளின் அடுக்குகளில் இருந்து அவ்வப் போது துள்ளியெழுந்துகொண்டிருந்தன. கம்யூனிசம் எந்தச் சூழலில் தோன்றியிருந்தது, எந்தச் சூழலை அது எதிர்த்துப் போரிடுகிறது, எப்படிப் பட்ட சூழலை அமைக்க விரும்புகிறது என்பதை நினைத்துப் பார்த்துக் கொண்டார் எர்னஸ்டோ. எங்கெல்லாம் கம்யூனிசம் எதிர்க்கப்படுகிறதோ அங்கெல்லாம்தான் அதன் தேவை ஒளிந்துகிடக்கிறது. சிலியும் அதற்கு விதிவிலக்கல்ல.

சிலியின் அரசியல் சூழல் குறித்து தெரிந்துகொண்டார் எர்னஸ்டோ. நவம்பர் 1946ல் காப்ரியல் கொன்சாலெஸ் விடேலா (Gabriel González Videla) என்பவர் சிலியின் அதிபராகப் பொறுப்பேற்றுக்கொண்டார். அப்போது அவர் பெற்றது 40.1 சதவிகித வாக்குகளை. 1924ல் அமலுக்கு வந்த ராணுவ அரசை எதிர்த்துப் போராடிய குழுக்களில் ஒன்றான ராடிகல் கட்சியில் இருந்தவர் விடேலா. சர்வாதிகார எதிர்ப்பு, மேலாதிக்க எதிர்ப்பு போன்ற பின்னணியில் இருந்து வந்தவர் என்பதால் அதிபர் தேர்தலின்போது கம்யூனிஸ்ட் கட்சி அவருக்கு ஆதரவு அளித்தது. ராடிகல் கட்சியில் இடது சாரிப் பிரிவைச் சேர்ந்தவராக விடேலா அறியப்பட்டிருந்தார் என்பதும் இந்த ஆதரவுக்கு ஒரு காரணம். மேலும், அவர் சிலியின் எதிர்காலத்துக்காகச் சில வாக்குறுதிகளை அளித்திருந்தார். நான் ஆட்சிக்கு வந்தால் சமூக மாற்றம், பொருளாதார வளர்ச்சி, துரித தொழில்மயமாக்கல் போன்றவற்றை ஊக்கு விப்பேன் என்று அவர் வாக்குறுதி அளித்திருந்தார்.

தொழிலாளர்களுக்குச் சாதகமாக, குறிப்பாக சுரங்கத் தொழிலாளர் நலன் சார்ந்து அரசு இயங்கும் என்றும் தேசியவாதமே இனி சிலியின் கொள்கை என்றும் விடேலா அறிவித்தபோது, தொழிலாளர்களின் ஆதரவும் விடேலாவுக்குக் கிடைத்தது. சுரங்கத் தொழிலாளர்கள் விடேலாவை நம்பினார்கள். நம் பணிச்சூழலை மேம்படுத்துவார் என்றும் தொழிலாளர் நலன் காக்கப்படும் என்றும் சுரங்கங்களில் ஆதிக்கம் செலுத்தி வந்த அயல் நாட்டுச் சக்திகள் விரட்டப்பட்டு சிலியின் இறையாண்மை பாதுகாக்கப்படும் என்றும் அவர்கள் நம்பினார்கள். தொழிலாளர்களின் உரிமைகளை நிலைநாட்டி அவர்களுடைய எதிர்பார்ப்புகளை விடேலா பூர்த்தி செய்வார் என்று மக்கள் கருதினார்கள்.

விடேலா வெற்றி பெற்றதை அவர்கள் தங்களுடைய வெற்றியாகவே கண்டார்கள். சிலியின் வரலாற்றில் ஒரு புதிய தொடக்கம் என்று இதை வர்ணித்தார்கள். சிலியின் உருளைக்கிழங்குகளும் தேயிலையும் சர்க்கரையும் பீன்ஸும் இனி எங்களுடையதுதான், அந்நியர்களால் இவற்றை அபரிக்க முடியாது என்று உற்சாகக் குரல் எழுப்பினர். எங்கள் சுரங்கம் எங்களு டையதே என்று ஆர்ப்பரித்தனர். உள்ளூர் பத்திரிகை ஒன்றில் வெளிவந்த கவிதை ஒன்று இந்த மனநிலையைச் சரியாகப் படம்பிடிக்கிறது. 'இனி சிலி யாங்கி நகரம் அல்ல. சுரங்கத்துக்கு வர இனி யாரிடமும் அனுமதி பெறத் தேவையில்லை. எந்த ஜெனரலுக்கும் கூழைக்கும்பிடு போடத் தேவை யில்லை!'

உறக்கம் கலைந்து எழுந்தபோது கனவுகள் கலைந்து போயிருந்தன. விடேலாவின் அசல் முகம் வெளிப்பட ஆரம்பித்தது. சீற்றமடைந்த தொழி லாளர்கள் ஆங்காங்கே போராடத் தொடங்கினர். 1947ல் 37 வேலை நிறுத்தப் போராட்டங்கள் சட்டப்பூர்வமாக சிலியில் நடைபெற்றன. 128 சட்ட விரோதப் போராட்டங்கள் நடைபெற்றன. அரசாங்கத்தால் போராட்டக் காரர்களிடம் பேசமுடியவில்லை. அவர்களுடைய கோரிக்கைகள் என்ன என்பதைக்கூட குறைந்தபட்சம் கேட்டுத் தெரிந்துகொள்ள அக்கறை கொள்ளவில்லை. விடேலா கொடுத்த ஒரே உத்தரவு, அதிருப்தியாளர்களை அடக்கியொடுக்கு என்பது மாத்திரம்தான்.

விடேலாவின் முதல் காபினெட்டில் கம்யூனிஸ்ட் அமைச்சர்களும் இடம் பிடித்தார்கள். மாற்றத்தைக் கொண்டுவருவார், தொழிலாளர்களுக்குச் சாதகமாக நடந்துகொள்வார் என்றெல்லாம் எதிர்பார்க்கப்பட்ட தருணத்தில் விடேலா இடதுசாரி ஆதரவு நிலையில் இருந்து நேர் எதிரான திசையில் நகர்ந்து சென்றார். சிலியின் தொழிலாளர் அமைப்பு கம்யூனிஸ்ட் பிரிவு, சோஷலிஸ்ட் பிரிவு என்று இரண்டாகப் பிரிந்தது. இரண்டும் ஒன்றை யொன்று எதிர்த்தன. உள்நாட்டுப் பிரச்னைகளும் பனிப்போர் சூழலும் அவரை இவ்வாறு மாற்றியதாகச் சிலர் குறிப்பிடுகிறார்கள்.

அதில் ஓரளவு உண்மை இருந்தது. ஒரு பக்கம் தொழிலாளர் போராட்டங் களும் அரசியல் குழப்பங்களும் நீடித்துக்கொண்டிருந்த அதே சமயம்,

சர்வதேச ரீதியிலான அழுத்தங்களையும் விடேலா சந்திக்க நேர்ந்தது. எனக்கும் கம்யூனிசத்துக்கும் தொடர்பில்லை, சிலியில் கம்யூனிஸ்டுகளுக்கு இடமில்லை என்று அவர் நிரூபிக்கவேண்டியிருந்தது. ஏப்ரல் 1947ல் கம்யூனிஸ்ட் அமைச்சர்கள் அனைவரையும் தன் அமைச்சரவையில் இருந்து விடேலா நீக்கினார். அக்டோபர் 3ம்தேதி, நிலக்கரிச் சுரங்கத்தில் பணியாற்றிய தொழிலாளர்கள் (இவர்கள் கம்யூனிஸ்ட் கட்சி ஆதரவு பெற்றவர்கள்) வேலை நிறுத்தத்தில் இறங்கியபோது விடேலா தனது ராணுவத்தை அனுப்பிவைத்தார். எல் சிக்லோ என்னும் கம்யூனிஸ்ட் பத்திரிகை பலத்த அரசுத் தணிக்கைக்கு உட்படுத்தப்பட்டது. கம்யூனிஸ்ட் கட்சியின் பிராந்திய, தேசியத் தலைவர்கள் கைது செய்யப்பட்டனர். சோவியத் யூனியனுடனான உறவு முறித்துக்கொள்ளப்பட்டது. சிலியில் வேலை நிறுத்தங்கள் நடைபெறுவதற்கு கம்யூனிஸ்ட் கட்சியும் அவர்களுக்குக் கிடைக்கும் சர்வதேச ஆதரவும்தான் காரணம் என்று விடேலா குற்றம் சாட்டினார்.

கம்யூனிஸ்டுகளுடனான தன் உறவை முறித்துக்கொண்டது போதுமானதாக இல்லை. ஜூன் 1948ல் தேசிய காங்கிரஸ் ஒரு சட்டத்தைப் பிறப்பித்தது. சிலியின் ஜனநாயகத்தைப் பாதுகாப்பதற்கான சட்டம் என்று அது சொல்லப்பட்டது. பெயர், Law for the Permanent Defense of Democracy. இதன்படி கம்யூனிஸ்ட் கட்சி அதிகாரபூர்வமாகத் தடை செய்யப்பட்டது. உறுப்பினர்களின் அதிகாரம் பறிக்கப்பட்டது. தொழிலாளர்கள் உள்ளிட்ட யாரையும் ஒன்றுபடுத்தி சங்கம் ஆரம்பிக்கும் உரிமை இனி அவர்களுக்கு இல்லை. கட்சிப் பத்திரிகைக்கு தடை விதிக்கப்பட்டது. கம்யூனிசத்தின் தாக்கத்தைத் தடுத்துநிறுத்தவும், தொழிலாளர் மத்தியில் அதற்குள்ள ஆதரவைக் கலைக்கவுமே இந்தச் சட்டம் விதிக்கப்பட்டது என்று அமைச்சர் ஒருவர் வெளிப்படையாகவே விளக்கம் கொடுத்தார்.

பனிப்போர் அரசியலின் ஒரு பகுதியே இந்தச் சட்டம். சிலியில் இந்தச் சட்டம் அமல்படுத்தப்பட்டதன் பின்னணியில் அமெரிக்காவின் பங்கு குறிப்பிடத்தக்கது. சோவியத் மற்றும் கம்யூனிச எதிர்ப்பின் ஒரு பகுதியாக லத்தீன் அமெரிக்க நாடுகளில் கம்யூனிசத்தின் நிழல்கூட பிழைத்திருக்கக்கூடாது என்று அமெரிக்கா விரும்பியது. தனக்கு ஆதரவான அரசாங்கங்கள் மூலம் இப்படிப்பட்ட சட்டங்களை அமெரிக்கா பிறப்பிக்க வைத்தது. ஆதரவு அளிக்கத் தவறிய அரசுகள் கலைக்கப்பட்டன. கம்யூனிச எதிர்ப்புச் சட்டம் சர்வதேச அளவில் வெவ்வேறு வடிவங்களில், சில சமயம் பட்டவர்த்தனமாகவும் சில சமயம் ரகசியமாகவும் அமலில் இருந்தது.

சிலியின் சமூகச் சூழல் இந்தச் சட்டத்துக்குப் பிறகு பெரும் மாற்றத்தைக் கண்டது. கம்யூனிஸ்டுகளும் கம்யூனிஸ்ட் ஆதரவாளர்களும் தேடிப்பிடித்து சிறையில் அடைக்கப்பட்டனர். அவர்கள்மீது பொய் வழக்குகள் புனையப்பட்டன. தொழிற்சங்கங்கள் சிதறின.

சோஷலிஸ்ட் கட்சியைச் சேர்ந்த மானுவெல் ஒவாலி என்பவர் தனக்கு நேர்ந்த அனுபவத்தை ஆகஸ்ட் 1952ல் ஒரு பத்திரிகையில் பகிர்ந்து

கொண்டார். 'அதிகாலை ஒன்று அல்லது இரண்டரை மணிக்கு போலிஸ் வண்டி வரும். கம்யூனிஸ்டுகளின் வீட்டுக் கதவு தட்டப்படும். ஆண்கள் உடனுக்குடன் கைது செய்யப்படுவார்கள். இவர்களில் பலர் சுரங்கத் தொழிலாளர்கள். கம்யூனிஸ்ட் இயக்கத்துக்கு ஆதரவு தெரிவித்தவர்கள். இப்படிப் பட்ட கைதுகளால் சுரங்கத் தொழிலாளர்களின் வாழ்க்கை இருண்டு போனது. அவர்களுடைய வாழ்வாதாரம் பாதிப்படைந்தது. இதுபோன்ற நடவடிக்கைகள் உண்மையில் அவர்களை உணர்வு ரீதியாக ஒன்றுபடுத்தவே செய்தது.'

கம்யூனிஸ்டுகள் மட்டுமின்றி, அரசுக்கு எதிராகக் குரல் எழுப்பும், போராடும் அனைத்து இயக்கங்களையும் அதிகாரிகள் புதிய சட்டத்தின் துணை கொண்டு வன்முறையால் அடக்கினார்கள். சுரங்க முதலாளிகளுக்கும் அயல்நாட்டு முதலாளிகளுக்கும் இந்தச் சட்டம் வெல்லக்கட்டியாக இனித்தது. அவர்கள் கொடுக்கும் குறைந்த கூலிக்குப் பணியாற்ற மறுப்பவர்களையும், எதிர்ப்பவர்களையும் கம்யூனிஸ்ட் என்று முத்திரை குத்தி சட்டப்படி ஒடுக்குவது இப்போது அவர்களுக்குச் சாத்தியம். இவர்களை தீய சக்திகள் என்று அழைக்கவும் வெறுக்கவும் முடிந்தது. பணிக்கு வர மறுத்த தொழிலாளர்களை வலுக்கட்டாயமாக வரவழைப்பதும்கூட இப்போது சாத்தியம் தான்.

எர்னஸ்டோ சந்தித்த அந்தக் கம்யூனிஸ்ட் தம்பதியும் இத்தகைய ஆபத்தை எதிர்நோக்கியே இருந்தனர். எர்னஸ்டோ விடைபெறும்போது அவர் புன்னகை செய்தார். 'நாம் மீண்டும் சந்திப்போமா என்று தெரியாது.'

லாபங்களும் இழப்புகளும்

சூச்சிகாமாட்டா சுரங்கத்தை நெருங்க நெருங்க மூச்சு முட்டுவதுபோல் இருந்தது எர்னஸ்டோ வுக்கு. மாபெரும் தாமிர வளம் நிறைந்த பகுதி அது. இருபது மீட்டர் உயரமுள்ள அடுக்குத் தளங்கள் சுரங்கத்தில் அமைந்திருந்தன. தாதுவை எளிதாகக் கொண்டுசெல்வதற்கான இருப்புப் பாதைகள் அமைக்கப்பட்டிருந்தன. ஆனாலும், 'கவர்ச்சியோ உணர்ச்சியோ அற்றதாக, ஏமாற்றம் அளிக்கக்கூடிய தாக' அந்தச் சுரங்கம் அமைந்திருந்தது. சுருக்கமாக சூச்சி என்று அழைக்கப்படும் இந்தத் திறந்தவெளி தாமிரச் சுரங்கம் இன்றும் உலகளவில் மிகப் பெரிய சுரங்கமாகத் திகழ்கிறது. தலைநகர் சாண்டியா கோவில் இருந்து வடக்கே 1240 கிமீ தொலைவில் அமைந்துள்ளது.

எர்னஸ்டோவுக்கு அது செல்வத்தை அள்ளித்தரும் இடமாகக் காட்சியளிக்கவில்லை. 'திறந்தவெளி யில்தான் தாது எடுக்கப்படுகிறது என்பதையும், டன் ஒன்றுக்கு ஒரு சதவிகிதம் தாமிரத்தைக் கொண்டு கனிமவளம் பெருமளவில் சுரண்டப் படுகிறது என்பதையும் போக்குவரத்தின் தனிச் சிறப்பான அமைப்பே புலப்படுத்துகிறது.'

எந்த இயற்கையைத் தேடி அலைந்து வந்தாரோ அந்த இயற்கை இங்கே சிதறடிக்கப்படுவதை அவர் கண்கொண்டு பார்த்தார். ஒவ்வொரு நாள் காலை யிலும் மலையிலும் வெடிகள் வெடிக்கப்படுவது வழக்கம். தொழிலாளர்கள் ஓயாமல் பணியாற்றிக் கொண்டிருப்பார்கள். சுரங்கம் தொடர்பான தொழில்

10

நுட்ப விவரங்கள் உள்பட அனைத்தையும் கேட்டுத் தெரிந்துகொண்டு விரிவாக தன் குறிப்பேட்டில் எழுதிவைத்துக் கொண்டார் எர்னஸ்டோ. தகர்க்கப்பட்ட கனிமக் கற்கள் ராட்சத இயந்திர வாகனப் பெட்டிகளில் ஏற்றப்படுகின்றன. கற்கள் இயந்திரத்தை அடைகின்றன. அங்கே கற்கள் நொறுக்கப்படுகின்றன. நடுத்தர அளவுள்ள சரளைக் கற்கள் உடைக்கப்படுகின்றன. பிறகு கந்தக அமிலக் கரைசலில் போடப் படுகின்றன. வேதியியல் மாற்றங்கள் நடை பெறுகின்றன. திரவத்தில் மின்சாரம் தொடர்ச்சியாக செலுத்தப்படுகிறது. தாமிரம் மெல்லிய தாமிரத் தகடுகளில் ஒட்டிக்கொள்கிறது. ஐந்து அல்லது ஆறு நாள்களுக்குப் பிறகு இந்தத் தகடுகள் உருக்கும் உலைக்கு அனுப்பப்பட ஏற்ற நிலையைப் பெற்று விடும். தக்க முறையில் 12 மணி நேரம் உருக்கப்பட்ட பிறகு இந்தத் தகடுகளில் இருந்து '350 பவுண்ட் எடையுள்ள தாமிர வார்ப்புப் பாளங் களைப் பெறமுடியும். ஒவ்வொரு நாள் இரவும் நாற்பத்தைந்து லாரிகளில் ஒவ்வொன்றிலும் இருபது டன் தாமிரம் வீதம் வரிசையில் எடுத்துச் செல்லப்படும். ஒருநாள் உழைப்பின் பலன் இது.'

ஏறத்தாழ மூவாயிரம் பேர் ஈடுபடும் உற்பத்தி நடவடிக்கை பற்றிய சுருக்க மான எளிய விவரணை இது என்று குறிப்பிடுகிறார் எர்னஸ்டோ. இந்த உற்பத்தி நடவடிக்கையால் யாருக்குப் பலன்? அந்தப் பலனை யார் அனுபவிக்கிறார்கள்? சுரங்கத்தில் பணியாற்றும் மூவாயிரம் சொச்சம் பேர் எப்படிப்பட்ட நிலையில் இருக்கிறார்கள்? சுரங்கத்தின் கதி என்ன?

'நைட்ரேட் தாது நிறைந்த, புல் பூண்டுகூட முளைக்காத இந்த மலைகள் காற்று, மழை ஆகியவற்றின் தாக்குதலுக்கு எதிராக எந்தப் பாதுகாப்பும் அற்றவையாக இருக்கின்றன. இயற்கைக்கு எதிரான போராட்டத்தில் உரிய காலத்துக்கு முன்பே மூப்படைந்து தங்களது சாம்பல் நிற முதுகெலும்போடு காட்சியளிக்கின்றன. அவற்றின் சுருக்கங்கள் உண்மையான புவியியல் ரீதியான வயதைப் பற்றிய தவறான கருத்தை உருவாக்குகின்றன. இந்த இடத்தைச் சூழ்ந்துள்ள எத்தனை மலைகள் இதேபோன்று மிகப் பெரும் வளங்களைத் தங்கள் மடிகளில் மறைத்து வைத்துள்ளனவோ... தங்கள் வயிற்றுக்குள் மண்வாரி இயந்திரங்களின் வெற்றுக் கைகளை அனுமதிக்கக் காத்திருக்கின்றனவோ...'

வரலாற்றில் சூச்சிகாமாட்டாவுக்கு ஒரு தனி இடம் இருந்தது. ஆறாம் நூற்றாண்டைச்சேர்ந்த நன்கு பாதுகாக்கப்பட்ட ஒரு மம்மியை இந்தச் சுரங்கப் பகுதியில் 1899ல் தொல்பொருள் ஆய்வாளர்கள் கண்டெடுத்தார்கள். கி.பி. 550ல் இறந்துபோன ஒரு மனிதனின் உடல் அது. மேற்கொண்டு ஆய்வை விரிவாக்கியபோது, அந்த மனிதன் ஒரு சுரங்கத் தொழிலாளி என்பதும் அவருடைய உடல் எலும்புகள் முறிந்திருந்ததும் தெரியவந்தது. அபரிமித மான தாமிர வளம் கொண்ட பகுதியாகவும் விபத்துகள் நிகழும் பகுதியா கவும் சூச்சிகாமாட்டா அப்பாதே இருந்து வந்ததை ஆய்வாளர்கள் பதிவு செய்திருக்கிறார்கள்.

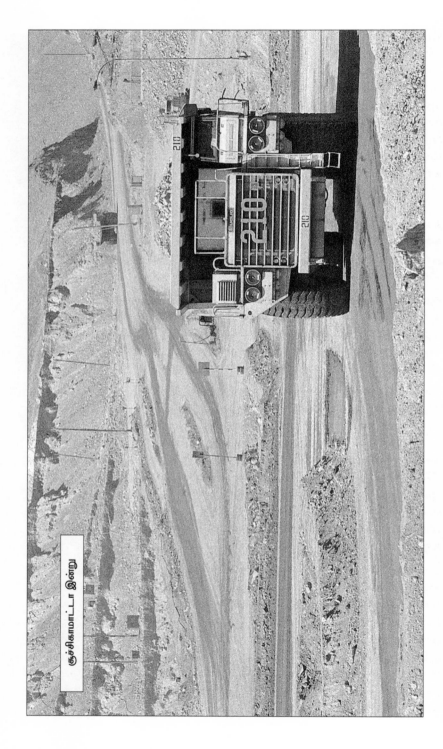

சூச்சிகாமாட்டா இன்று

எங்கே வளம் இருக்குமோ, அங்கே சுரண்டலின் அனைத்து வடிவங்களும் இருக்கும் என்பதை எர்னஸ்டோ நேரடியாக இப்போது கண்டுகொண்டார். சுரங்கத் தொழிலாளர்களின் பரிதாபகரமான நிலைமை எர்னஸ்டோவுக்கு பெரும் வருத்தத்தை ஏற்படுத்தியது. அரை மணி நேரம் சுற்றி வருவதற்கு மட்டுமே அவருக்கு அனுமதி அளிக்கப்பட்டிருந்தது. 'இது சுற்றுலாத்தல மல்ல, சுற்றிப் பார்த்தவுடன் நீங்கள் வெளியே போய்விடுவது நல்லது. எங்களுக்கு நிறைய வேலைகள் இருக்கின்றன!' என்று சுரங்கத்தின் கங்காணிகள் கண்டிப்பான குரலில் எர்னஸ்டோவுக்கு அறிவுறுத்தியிருந் தார்கள். அவர்கள் திறன்மிக்கவர்களாகத் தோற்றமளித்த அதே நேரம், திமிரானவர்களாகவும் இருந்தார்கள். இவர்களிடம் வேலை செய்யும் பணியாளர்களின் நிலைமை எப்படி இருக்குமோ?

விரைவில் சுரங்கத்தில் ஒரு வேலை நிறுத்தம் நடைபெறுவதாக இருந்ததை எர்னஸ்டோ அறிந்துகொண்டார். தொழிலாளர்களின் மேற்பார்வையாளராக இருந்த ஒருவரிடம் (அவர் ஒரு கவிஞரும்கூட) உரையாடும்போது மேலதிக விவரங்கள் கிடைத்தன. சுரங்கத்தின் செயல்பாடுகள், பணியாளர்களின் நிலைமை, வேலை நிறுத்தத்துக்கான காரணங்கள், பணியாளர்களுக்கு வழங்கப்படும் ஊதியம் என்று பலவற்றையும் கேட்டறிந்துகொண்டார் எர்னஸ்டோ. இறுதியாக அவர் கேட்ட கேள்வி இது. 'இந்தச் சுரங்கம் எத்தனை பேரை பலி வாங்கியிருக்கிறது?'

அவர் ஆச்சரியமடைந்தார். இந்தப் புகழ்பெற்ற சுரங்கங்கள் இங்கே இருக்கிற தாமிரம் முழுவதையும் சுத்தமாகச் சுரண்டியெடுத்துவிடும். உங்களைப் போன்றவர்கள் என்னிடம் ஏராளமான கேள்விகளைக் கேட்கி றார்கள். ஆனால் இதற்காக எத்தனை உயிர்கள் பலியாக்கப்பட்டன என்று யாருமே இதுவரை கேட்டதில்லை. இந்தக் கேள்விக்கு எனக்கு விடை தெரியாது, மருத்துவர்களே. ஆனால் இந்தக் கேள்வியைக் கேட்டதற்கு நன்றி.'

எர்னஸ்டோவுக்கு ஏமாற்றமாக இருந்தது. 'உணர்ச்சியற்ற ஆற்றலும் கையாலாகாத கசப்புணர்வும் இந்த மாபெரும் சுரங்கத்தில் கைகோர்த்துச் செல்கின்றன. உயிர் வாழவேண்டும் என்ற நெருக்கடியால் ஏற்பட்ட வெறுப்பும் கொள்ளை லாபம் சம்பாதிக்கும் முனைப்பும் எதிரெதிராக இருந்தபோதிலும், அதையும் மீறி இவ்விரு பண்புகளும் இணைந் திருக்கின்றன.'

மிக முக்கியமான ஒரு பார்வை இது. கொள்ளை லாபம் அடிக்கத் துடிப்ப வர்களும் ஒருவேளை உணவுக்கு உடலையும் உள்ளத்தையும் உயிரையும் பணயம் வைக்கத் துடிப்பவர்களும் கைகோர்க்கும் அதிசயத்தையும் அவலத்தையும் எர்னஸ்டோ இந்தச் சுரங்கத்தில் தரிசித்தார். லாபம், மேலும் லாபம் என்னும் துடிப்பு இயற்கையை மட்டுமின்றி மனிதர்களையும் சேர்த்தே அழிக்கிறது என்பதை எர்னஸ்டோ உணர்ந்துகொண்ட தருணம் இது.

'வெறும் உணவைப் பெறுவதை மட்டுமே நோக்கமாகக் கொண்ட எத்தனை மனித உயிர்களை இவை (சுரங்கங்கள்) குடித்தனவோ... இந்த யுத்தத்தில்

தனது புதையல்களைப் பாதுகாப்பதற்காக இயற்கை ஏற்படுத்தியுள்ள ஆயிரக்கணக்கான மரணக்குழிகளில் துயரமான மரணத்தைச் சந்தித்தவர்கள் எத்தனை பேரோ... காவியங்களில் இடம் பெறாத இத்தகைய ஏழை வீரர் களின் எத்தனை உயிர்களை (தவிர்க்க இயலாமல்) இவை குடித்தனவோ...'

சிலி நில ஆய்வு நிறுவனம் சல்ஃபேட் தாதுவைச் சுரண்டுவதற்கு இன்னொரு ஆலையை அமைத்து வருவதை எர்னஸ்டோ அறிந்துகொண்டார். 'உலகத் திலேயே மிகப் பெரியதாக விளங்கப் போகின்ற இந்த ஆலையின் 96 மீட்டர் உயரப் புகைப்போக்கிகள் இரண்டு அமைக்கப்பட்டுள்ளன. எதிர்காலத்தில் முழு உற்பத்தியும் இந்த ஆலையிலேயே நடைபெறப் போகிறது. அதே சமயத்தில், ஆக்ஸைடு தாதுவளம் தீர்ந்து வருவதால் பழைய ஆலையின் உற்பத்தி சிறிது சிறிதாகக் குறைந்து முற்றிலுமாக நின்றுவிடும். புதிய உருக்காலைக்குத் தேவையான கச்சாப் பொருள்கள் ஏற்கெனவே பிரம்மாண்ட மான அளவுக்குத் தயாராக உள்ளன. 1954ம் ஆண்டு ஆலை திறக்கப் பட்டவுடன் உடனடியாக உற்பத்தியும் தொடங்கிவிடும்.'

ஆனால் இதை எப்படி வரையறுப்பது? வளர்ச்சி என்றா? பழைய ஆலையா, புதிய ஆலையா என்பதா இங்கு முக்கியம்? எவ்வளவு நவீனமாக ஓர் ஆலை இயங்குகிறது என்பதா அதை மதிப்பிடுவதற்கான அளவுகோல்? ஓர் ஆலையின் கட்டுமானத்தைவிட, உற்பத்தித் திறனைவிட, இயந்திரங் களைவிட, லாபத்தைவிட பணியாளர்கள் முக்கியம் அல்லவா? அவர் களுடைய வாழ்நிலை முக்கியமல்லவா? மிக அடிப்படையான ஒரு கேள்வியும் எர்னஸ்டோவுக்கு எழுந்தது. ஆலைகளை யார் நிர்வகிக்க வேண்டும்? தனியார் நிறுவனங்களா அல்லது அரசாங்கமா?

சிலியின் சுரங்க வளம் யாருக்குப் பயன்படுகிறது, யாருடைய வாழ்நிலையை உயர்த்துகிறது என்னும் கேள்வியை 1950 தொடங்கி பல பொருளாதார நிபுணர்கள் சிலியிலேயே எழுப்பியிருந்தார்கள். அனிபல் பின்டோ என்னும் பொருளாதார ஆய்வாளர், 'தாமிர வளமும் அந்நிய முதலீடுகளும் சிலியை ஏற்றுமதியைச் சார்ந்துள்ள ஒரு நாடாக மாற்றிவிட்டது' என்கிறார்.

நாற்பதுகள் தொடங்கி ஆப்பிரிக்காவில் தாமிரச் சுரங்கங்கள் இயங்கத் தொடங்கியதும் சிலியின் ஏற்றுமதியைக் கணிசமாகக் குறைத்திருந்தது. மற்றொரு பக்கம் சிலியில் அமெரிக்கா தனது முதலீட்டைத் தொடர்ந்து உயர்த்தியபடி இருந்தது. குறிப்பாக, தாமிரச் சுரங்கங்களில் அதன் முதலீடு வளர்ந்தது. எர்னஸ்டோ சிலியில் அடியெடுத்து வைத்த 1952ல் அமெரிக்கா சிலிக்கு 342 மில்லியன் அமெரிக்க டாலர் கடனாக அளித்திருந்தது. இதன் பொருள், அமெரிக்க நலன்களைப் புறக்கணித்துவிட்டு சிலியால் இயங்க முடியாது என்பதுதான். சூச்சிகாமாட்டார் சுரங்கம் எர்னஸ்டோவுக்கு உணர்த்திய செய்தியும் இதுதான்.

பாலைவனப் பயணம்

11

உலகின் மொத்த தாமிர உற்பத்தியில் இருபது சதவிகிதிம் சிலியில் உற்பத்தியாகிறது. ராணுவ மோதல்கள் நடைபெறும் இடமாகவும், பல தொழிலாளர்களின் உயிரைக் குடித்த இடமாகவும், செல்வத்தை அள்ளிக்கொடுக்கும் இடமாகவும் இந்தச் சுரங்கம் இருக்கிறது. எனவே அதன் முக்கியத்துவம் இப்போது மிக மிக அதிகரித்திருக்கிறது. இங்கே, சுரங்கங்களைத் தேசியமயமாக்குவதை ஆதரிக்கின்ற இடதுசாரி மற்றும் தேசியவாதக் குழுக்கள் இருக்கின்றன. முழுமையான தனியார்மயமாக்கல் என்ற அடிப்படையில் சுரங்கங்கள் சிறப்பாக நிர்வகிக்கப்படவேண்டும் (நிர்வகிப்பவர்கள் வெளிநாட்டவர்களாகக்கூட இருக்கலாம்), அரசாங்கத்தின் மோசமான நிர்வாகத்தின்கீழ் சுரங்கங்கள் இருக்கக் கூடாது என்று விரும்புவர்களும் இருக்கிறார்கள்.'

எர்னஸ்டோ தொடர்கிறார். 'இவர்களுக்கு இடையில் பொருளாதார மற்றும் அரசியல்ரீதியிலான போராட்டம் ஒன்று இப்போது இந்த நாட்டில் நடைபெறுகிறது. சலுகைகளை அனுபவித்து வரும் நிறுவனங்களுக்கு எதிராக நாடாளுமன்றத்தில் தீவிரமான குற்றச்சாட்டுகள் முன்வைக்கப்படுகின்றன. இதன் விளைவாக, தாமிர உற்பத்தி தொடர்பாக தேசியவாத அணுகுமுறை உருவாவதற்கான சூழல் ஏற்பட்டுள்ளது.'

இவர்களில் யார் வெற்றி பெறுவார்கள் என்று எர்னஸ்டோவால் யூகிக்க முடியவில்லை. ஆனால் மிக அடிப்படையான ஒரு விஷயத்தில் அவர் தெளிவாக

இருந்தார். 'இந்தப் போராட்டத்தின் விளைவு எதுவாக வேண்டுமானாலும் இருக்கலாம். மணல் சரிவினாலும், விஷமாகிவிட்ட வேலைச் சூழலினாலும், மலையின் கொடுமையான தட்பவெப்ப நிலையினாலும் பலியான எண்ணற்ற சுரங்கத் தொழிலாளர்களின் கல்லறைகளை நாம் மறந்துவிடக்கூடாது.'

சுரங்கத்தைப் பற்றி சிந்தித்துக்கொண்டே சூச்சிகாமாட்டாவைவிட்டு வெளியேறத் தொடங்கினார்கள் எர்னஸ்டோவும் ஆல்பர்ட்டோவும். இரண்டு மணி நேரம் பாலைவனத்தை நடந்தே கடந்து ஒரு பெயர்ப்பலகைக்கு முன்பு நிழலுக்காக ஒதுங்கினார்கள். கையில் தண்ணீர் இல்லை. அந்தப் பெயர் பலகை கண்களுக்கு மட்டுமே நிழல் தந்தது. அதுவும் ஒருவர் மாற்றி இன்னொருவர் நிற்கும் அளவுக்கே நிழல் படிந்தது. இந்தப் பயணத்தை என்னவென்று சொல்வது? பைத்தியக்காரத்தனம் என்பதைவிட பொருத்தமான வேறு பெயர் இருக்கமுடியுமா?

ஊர்க்காவலரின் அறையில் ஒதுங்கி, சிறிதளவு சாப்பிட்டுவிட்டு, லாரி ஒன்றைப் பிடித்தார்கள். குடிகாரர்களின் காரில் ஏறி சிறிது தூரம் சென்றார்கள். பிறகு நீண்ட நடை. வழியில் துணிகளைத் தொங்கவிட்டு 'துருக்கிப் பாணி வியர்வை குளியல்' முடித்துவிட்டு மீண்டும் நடந்தார்கள். கால்பந்து விளையாட்டு வீரர்கள் சிலருடன் வழியில் இணைந்துகொண்டார்கள். அவர்களுடைய அணிக்காக விளையாடும் வாய்ப்பும் கிடைத்தது. இறைச் சியும் நீரும் தங்குமிடமும் தருபவர்களுக்காக விளையாடுவதில் தவறென்ன இருக்கமுடியும்?

இகிக், ஆரிகா ஆகிய நகரங்களுக்கு இடையிலான பாதையில் இப்போது அவர்கள் சென்றுகொண்டிருந்தார்கள். பள்ளத்தாக்குகளை நோக்கி அந்தப் பாதை அவர்களை இட்டுச்சென்றது. 'முற்றிலுமாக வறண்டு கிடந்த இந்தச் சமவெளிகள் பகல்பொழுதில் மிகவும் வெம்மையாக இருந்தபோதிலும், எல்லாப் பாலைவனத் தட்பவெப்ப நிலைகளையும் போலவே இரவு நேரத்தில் கணிசமான அளவுக்குக் குளிர்ச்சியாக இருந்தன.'

சிலியின் முதல் ராயல் கவர்னர், பெட்ரோ வால்டிவியாவின் (Pedro de Valdivia) நினைவு எர்னஸ்டோவுக்கு எழுந்தது. 'தனது சிறிய படையுடன் வால்டிவியா இந்த வழியில்தான் வந்தார். வெயில் நேரத்தில் நிழலுக்கு ஒதுங்குவதற்கு ஒரு புதரோ, குடிப்பதற்கு ஒரு சொட்டுத் தண்ணீரோ கூடக் கிடைக்காத இந்தப் பிரதேசத்தில் அவர் ஐம்பது அல்லது அறுபது கிலோ மீட்டர் தூரம் பயணம் செய்தார் என்பதை நினைத்தாலே திகைப்பாக இருக்கிறது.'

இத்தாலி, ஃபிளாண்டர்ஸ் (பெல்ஜியம்), ராணுவத்தில் பணியாற்றிய வால்டிவியா 1534ல் லெஃப்டினெண்டாக தென் அமெரிக்காவுக்கு அனுப்பி வைக்கப்பட்டார். 1540ல் 150 பேர் கொண்ட ஒரு சிறு படையுடன் சிலிக்குப்

பயணமானார். அங்கு எதிரிகளை முறியடித்து, 1541ல் சாண்டியாகோ என்னும் நகரை உருவாக்கினார். பெருவையும் வீழ்த்தினார். எட்டு ஆண்டு களில் சிலியின் கவர்னராகப் பொறுப்பேற்றுக்கொண்டார். 'சிலியையும் பெருவையும் வென்ற ஸ்பானிய வீரர்கள் கடந்து சென்ற இடத்தை நேரில் பார்க்கும்போது ஸ்பானியர்களின் காலனியப்படுத்தும் நடவடிக்கையின் மிகச் சிறந்த சாதனைகளில் ஒன்றாகவும், அமெரிக்கக் கண்டத்தின் வரலாற்றிலேயே மிகப் பெரிய சாதனையாகவும், வால்டிவியாவும் அவரது ஆட்களும் மேற்கொண்ட பயணத்தை மதிப்பிட வேண்டியிருக்கும்.'

விவால்டியாவின் வீரத்தையும் அவரது மரணத்தையும் பற்றி ஒரு மதிப் பீட்டை எர்னஸ்டோ உருவாக்கிவைத்திருந்தார். 'தன்னால் அதிகாரத்தை முழுவதும் பயன்படுத்தக்கூடிய ஓரிடத்தை அடையவேண்டும் என்று வால்டிவியா விரும்பினார். இந்த வேட்கைதான் அவர் சாதனை... விரஞ் செறிந்த ஒரு நாட்டின் சர்வாதிகாரியாக ஆகிவிட்டதால் தனது மரணத்துக்கும் ஓர் அர்த்தம் உண்டு என்பதை அவர் உணர்ந்திருப்பார் என்பதில் எனக்குச் சந்தேகமில்லை. ஏனெனில், (சில சமயங்களில் தன்னுணர்வின்றி) எல்லை யற்ற அதிகாரத்தை அடைய விரும்பியதற்காகக் கொடுக்கும் விலையாகச் சிலரின் துயரம் அமைந்து விடுகிறது. மனிதகுலம் அவ்வப்போது பெற் றெடுக்கும் தனிச்சிறப்பான மனிதர்களில் ஒருவர்தான் வால்டிவியா.'

பெரு நாட்டு எல்லையை இப்போது அடைந்திருந்தார்கள். கடைசியாக ஒருமுறை பசிபிக் பெருங்கடலில் குளித்துவிட்டு விடைபெற்றுக்கொண் டார்கள். உபசரிப்பில் சிறந்து விளங்கிய சிலி, இரு மருத்துவர்களுக்கும் விடைகொடுத்து அனுப்பிவைத்தது. சிலியைப் பற்றிய தன் அனுபவங்களை, பயணம் முடிந்து ஓராண்டுக்குப் பிறகு பதிவு செய்தார் எர்னஸ்டோ. முதலில் மருத்துவத் துறை சார்ந்த விஷயங்கள் குறித்து எழுதினார். 'பொதுவாக, சிலி நாட்டு சுகாதார நிலைமை ஏற்கத்தக்க நிலையில் இல்லை (நான் அறிந்த பிற நாடுகளைவிட இங்கு நிலைமை பரவாயில்லை என்று பின்னர் அறிந்து கொண்டேன்), இலவச மருத்துவமனைகள் மிகச் சொற்பமாக, அங் கொன்றும் இங்கொன்றுமாக இருக்கின்றன. அந்த மருத்துவமனைகளில் இப்படியொரு அறிவிப்பு இடம்பெற்றிருந்தது. 'இந்த மருத்துவமனையைப் பேணிப் பாதுகாப்பதற்கு நீங்கள் உதவாவிட்டால், உங்களுக்கு அளிக்கப் படும் சிகிச்சையைப் பற்றி நீங்கள் எப்படிப் புகார் செய்யமுடியும்?' வடக்கில் மருத்துவ சிகிச்சை பொதுவாகவே இலவசமாக அளிக்கப் படுகிறது. ஆனால், மருத்துவமனையிலேயே தங்கி சிகிச்சை பெறுவதற்கு மிகப் பெரும் தொகைகூட செலுத்தவேண்டியிருக்கலாம்.'

சிலியின் அறுவைச் சிகிச்சை அறைகள் அசிங்கமாக இருந்தன. போதுமான கருவிகள் இல்லை. சுகாதாரம் பற்றிய விழிப்புணர்வு இல்லை. சிலி நாட்டு மக்களின் வாழ்க்கைத்தரம் அர்ஜெண்டினா மக்களின் வாழ்க்கைத்தரத்தை விடக் கீழாக இருப்பதை எர்னஸ்டோ கண்டுகொண்டார். தொழிலாளர்கள்

தங்கள் நிறுவன நிர்வாகிகளிடம் இருந்து மிகவும் குறைவான சலுகை களையே பெறுகிறார்கள். இந்தக் காரணங்களுக்காக பலர் அர்ஜெண் டினாவுக்குச் சென்றுவிடுவதையும் அவர் கண்டார். இயற்கை வளங்கள் கொட்டிக்கிடந்து என்ன பயன்? மக்கள் நலன்கொண்ட அரசியலமைப்பு இல்லை. அரசியல் தலைமை இல்லை. 'உள்ளூர் இடுகாட்டில் புதைக்கப் பட்ட பத்தாயிரத்துக்கும் மேற்பட்ட தொழிலாளர்களின் குடும்பங்களுக்கு இழப்பீடு வழங்கப்பட்டுள்ளதா என்ற எனது கேள்விக்கு சூச்சிகாமாட்டா சுரங்கத்திலிருந்த ஒரு நிர்வாகி தோள்களைக் குலுக்கிக்கொண்டு எப்படிப் பதிலளித்தார் என்பது எனக்கு நினைவிருக்கிறது.'

விடைபெறுகிறேன், சிலி!

12

பிப்ரவரி 14, 1952 அன்று சிலி வந்தடைந்த எர்னஸ்டோவும் ஆல்பர்ட்டோவும் மார்ச் 22 வரை அந்நாட்டில் தங்கியிருந்தனர். எர்னஸ்டோ சிலியில் இருந்த சமயம், குடியரசுத் தலைவர் தேர்தலில் விடேலா உள்ளிட்ட நான்கு பேர் போட்டியிட்டிருந்தார்கள். மோசமான ஆட்சிமுறையை அளித்த விடேலாவுக்கு இன்னொரு வாய்ப்பை சிலி மக்கள் தரமாட்டார்கள் என்று எர்னஸ்டோ நம்பினார். ஒருவேளை தந்து விட்டால் சிலியை யாராலும் காப்பாற்றமுடியாத நிலைமை ஏற்பட்டுவிடலாம். எர்னஸ்டோவின் கணிப்பில் இபனேஸ் என்பவர் வெற்றிபெறுவார். அப்படித்தான் நடந்தது. நவம்பர் 3, 1952 அன்று கார்லோஸ் இபனேஸ் டெல் காம்போ (Carlos Ibanez del Campo) சிலியின் குடியரசுத் தலைவராகப் பொறுப்பேற்றுக்கொண்டார்.

ராணுவ அதிகாரியாக இருந்து அரசியலுக்கு நுழைந்தவர் இபனேஸ். முன்னதாக 1927 தொடங்கி 1931 வரை அதிபராக இருந்திருக்கிறார். ராணுவப் புரட்சி மூலம் ஆட்சியைக் கைப்பற்றிய குழுவிடம் இருந்து இன்னொரு ராணுவப் புரட்சி மூலம் ஆட்சியைக் கைப்பற்றியவர் இபனேஸ். 'சர்வாதிகார மனப்பான்மை கொண்ட ஓய்வுபெற்ற ராணுவச் சிப்பாய் அவர். ஏராளமான சிறு குழுக்களின் ஆதரவைப் பெற்ற மக்கள் சோஷலிஸ்ட் கட்சிதான் அவருடைய வலிமையான அடித்தளம்.' என்கிறார் எர்னஸ்டோ.

இபனேஸின் சர்வாதிகார ஆட்சிக்கு அமெரிக்காவின் ஆதரவு இருந்தது. அவருடைய முந்தைய ஆட்சிக்

காலத்தில் அமெரிக்க வங்கிகள் இபனேஸுக்கு நிறைய கடன் உதவிகள் செய்தன. அதை வைத்துக்கொண்டு சில பொதுப் பணிகளை இபனேஸ் மேற்கொண்டார். சிதறிக்கிடந்தவர்களை ஒன்றிணைத்த சிலியின் காவல் துறையை உருவாக்கியவர் அவரே. 1929 வரை மக்களிடையே இபனேஸுக்கு ஓரளவுக்கு நல்ல செல்வாக்கு இருந்தது. அமெரிக்காவில் வால்ஸ்ட்ரீட் சரிந்து விழுந்தபோது இவருக்கு வந்துகொண்டிருந்த கடன் உதவிகள் நின்று போயின. சிலியின் பொருளாதாரம் சரிந்தது. இபனேஸுக்கு எதிர்ப்புகள் வலுக்குத் தொடங்க, 1931ல் சிலியை விட்டே வெளியேறினார் இபனேஸ். 1932 தேர்தலில் Arturo Alessandri என்பவர் வெற்றி பெற்றார். மறைந்து போன இபனேஸ் தனது ஆதரவு வட்டத்தை சிறிது சிறிதாக விரிவாக்கிக் கொண்டு மீண்டும் சிலிக்குள் நுழைந்தார். நாஜிகள், ஃபாசிஸ்டுகள் ஆகியோரின் ஆதரவும் இவருக்குக் கிடைத்தது. தனது அடுத்த வாய்ப்புக்காக 1952 வரை காத்திருந்தார் இபனேஸ்.

இவருடைய தலைமை சிலியில் எத்தகைய மாற்றங்களை ஏற்படுத்தும்? எர்னஸ்டோவின் கணிப்பு இது. 'மக்கள் ஆதரவைப் பெறுவதற்காக அமெரிக்காவை வெறுப்பவரைப் போல் இப்போது அவர் நடிக்கக்கூடும். தாமிரச் சுரங்கங்களையும் பிற சுரங்கங்களையும் நாட்டுடைமையாக்குதல், இருப்புப்பாதைகள் நாட்டுடைமையாக்கப்படுவதற்கான நடவடிக்கை களைத் தொடர்ந்து நிறைவேற்றுதல், அர்ஜெண்டினாவுக்கும் சிலிக்கும் இடையிலான வர்த்தகத்தை அதிகரித்தல் போன்றவற்றில் அவர் ஈடுபடக்கூடும். ஆனால், பெருவில் உடனடியாக உற்பத்தியைத் தொடங்கு வதற்கு அமெரிக்கா பெருமளவில் முதலீடு செய்துள்ள நிலையில், சிலியில் உள்ள இந்தச் சுரங்கங்களை குறுகிய காலத்துக்காகவாவது நாட்டுடைமை யாக்கும் திட்டம் சாத்தியமானதாகத் தெரியவில்லை.'

விடேலாவுக்கும் இவருக்கும் அப்படியொன்றும் பெரிய வேறுபாடுகள் இல்லைதான். அமெரிக்க சார்பு நிலை, கம்யூனிச எதிர்ப்பு ஆகியவற்றில் இபனேஸால் சிறு மாற்றத்தையும் ஏற்படுத்திவிடமுடியாது. அதேபோல் சுரங்கம் தொடர்பான விஷயங்களிலும் தொழிலாளர் நடைமுறைகளிலும் மாற்றங்கள் கொண்டுவந்துவிடமுடியாது. ஆனாலும், மக்கள் போராட்டம் பெருகிக்கொண்டிருக்கும் நிலையில், மக்கள் விரோத ஆட்சியாளரான விடேலா தோற்கடிக்கப்பட்ட இந்தத் தருணத்தில் அதே பாதையில் தானும் செல்ல இபனேஸ் சிறிதளவாவது தயங்குவார் என்று சிலர் எதிர்பார்த்தார்கள். எர்னஸ்டோவின் கணிப்பும் அதுதான்.

சிலியில் மட்டுமல்ல பிற லத்தீன் அமெரிக்க நாடுகளிலும் ஆட்சி மாற்றத்தில் மக்களுக்கு அதிக வாய்ப்புகள் இல்லை என்பதுதான் உண்மை. இவர் இல்லாவிட்டால் இன்னொருவர். பெயர்தான் மாறுமே ஒழிய அரசு அமைப்பு மாறாது. விதிமுறைகள், சட்டத்திட்டங்கள் மாறாது. ஒடுக்குமுறை மாறாது. இருந்தாலும் தேர்தல் என்றொரு சடங்கு நடத்தப்பட்டுக்கொண்டு தான் இருக்கிறது. மக்களும் வேறு மாற்று இல்லாததால் இந்த ஏமாற்று நடைமுறையைத்தான் தொடர்ந்து கடைப்பிடித்து வருகிறார்கள். இவர்

சரியில்லை என்று பட்டால் அவரைக் கொண்டு வருகிறார்கள். அவர் சரியில்லாது போனால் மீண்டும் இவர். அல்லது, இன்னொருவர்.

லத்தீன் அமெரிக்காவை இயக்குவதற்கான விசை அமெரிக்காவிடமே இருந்தது. லத்தீன் அமெரிக்க நாடுகளை அமெரிக்கா தனது அரசியல் மற்றும் பொருளாதார லாபங்களுக்குப் பயன்படுத்திக்கொண்டுவருவதை எர்ன ஸ்டோ நேரடியாகக் கண்டார். தனது பார்வையை குறிப்பேட்டில் பதிவு செய்தும் வைத்தார்.

'ஒரு நாடு என்ற அளவில், உழைக்க விரும்பும் அனைவருக்கும் பொருளா தார ரீதியாக முன்னேறுவதற்கான வாய்ப்பை சிலி வழங்குகிறது. அவர்கள் தொழிலாளி வர்க்கத்தைச் சேர்ந்தவர்களாக இருக்கக்கூடாது. மாறாக, கல்வித் தகுதியும் தொழில்நுட்ப அறிவும் மிக்கவர்களாக இருக்கவேண்டும் என்பது தான் ஒரே நிபந்தனை. சிலி நாட்டு மக்களுக்குத் தேவையான கால்நடைகள் (குறிப்பாக ஆடுகள்) மற்றும் போதுமான அளவு உணவு தானியங்களையும் சிலியே அவர்களுக்கு வழங்க முடியும். சிலி வலிமையான தொழில் வளர்ச்சி பெற்ற நாடாக ஆவதற்குத் தேவையான கனிம வளங்களான இரும்பு, தாமிரம், நிலக்கரி, வெள்ளீயம், தங்கம், வெள்ளி, மாங்கனீஸ், நைட்ரேட்கள் ஆகியவை அந்த நாட்டிலேயே ஏராளமான இருக்கின்றன. தொல்லை தருகின்ற அமெரிக்க நண்பனை அந்நாடு தன் முதுகிலிருந்து கீழே இறக்கி விடவேண்டும் என்பதுதான் முக்கியமானது. இந்தப் பணி, இச்சமயத்தில் மிகக் கடினமானதாக இருக்கலாம். ஏனெனில், அவர்கள் ஏராளமாக டாலர்களை அங்கே முதலீடு செய்திருக்கிறார்கள். அவர்களின் நலன்கள் அச்சுறுத்தலுக்கு உள்ளாகுமானால் மிக மோசமான பொருளாதார நெருக்கடி களை அவர்களால் ஏற்படுத்த முடியும்.'

சிலிக்கு விடைகொடுத்துவிட்டு, பெருவை நோக்கி பயணத்தைத் தொடர்ந் தார்கள் எர்னஸ்டோவும் ஆல்பர்டோவும். பெருவில் டராட்டா என்னும் பகுதிக்கு முதலில் செல்லவேண்டும் என்பது திட்டம். வெயில் சுட்டெ ரித்துக்கொண்டிருந்தது. புல், பூண்டுகூட முளைக்காத மலைப்பகுதியைக் கடந்து நடந்துகொண்டிருந்தார்கள். ஏதேனும் ஒரு வாகனம் வராமலா போய் விடும்? நம்மை ஏற்றிக்கொள்ளாமலா கடந்துவிடும்? கப்பலிலேயே இலவசமாக பயணம் மேற்கொண்டாயிற்று. சாலையைக் கடப்பதிலா சிக்கல் வந்துவிடப்போகிறது?

விரைவில் லாரி ஒன்று இவர்களுக்கு அருகில் வந்து நின்றது. ஓட்டுனரிடம் பேசும் பொறுப்பை ஆல்பர்ட்டோ ஏற்றுக்கொண்டார். எங்களிடம் பணமில்லை, இலவசமாக ஏற்றிக்கொள்வீர்கள்தானே? ஓ, வாருங்கள் வாருங்கள், லாரியின் பின்னால் ஏறிக்கொள்ளுங்கள் என்று கத்தினார் ஓட்டுனர். இருவரும் தாவி குதித்து ஏறிக்கொண்டார்கள். அங்கே அமெரிக்க இந்தியர்கள் பலர் இருந்தனர். எர்னஸ்டோ உற்சாகம் கொள்வதற்குள் அந்த ஓட்டுநர் சொன்னார். 'ஐந்து சோல்கள் (பெரு நாட்டு நாணயம்) தர வேண்டும்.' அதே வேகத்தில் லாரியில் இருந்து இருவரும் குதித்தார்கள்.

இலவசம் என்று இவர்கள் சொன்னது ஓட்டுநருக்குப் புரியவில்லை போலும்.

நடக்கலாம் என்று முடிவு செய்தார்கள். ஆனால் அது தவறான முடிவு என்பது விரைவில் தெரிந்துவிட்டது. இருட்டத் தொடங்கிய பிறகும் குடிசை எதுவும் கண்ணில் சிக்கவில்லை. உண்ணவும் அருந்தவும்கூட கையில் எதுவுமில்லை. மதியம் வெயில் வாட்டி எடுத்தது என்றால் இரவில் கடும் குளிர்.

காலை எழுந்து பார்த்துக்கொள்ளலாம் என்று அப்படியே போர்வையை விரித்து படுத்துக்கொண்டார்கள். சில நிமிடங்கள்கூடக் கண்களை மூடமுடிய வில்லை. ஆல்பர்ட்டோ முதலிலும் இரண்டாவதாக எர்னஸ்டோவும் உறைந்துபோனார்கள். இப்படியே நீடித்தால் உயிர் பிழைக்கமுடியாது என்று தெரிந்து சுள்ளிகள் தேடத் தொடங்கினார்கள். அதிலும் வெற்றியில்லை. சில குச்சிகள் மட்டுமே கிடைத்தன. அவற்றைக் கொண்டு மூட்டப்பட்ட நெருப்பு சிறிதளவு கதகதப்பைக்கூட அளிக்கவில்லை. 'பைகளை எடுத்துக் கொண்டு இருட்டிலேயே நாங்கள் நடந்து செல்லவேண்டியிருந்தது. சூடேற்றிக்கொள்வதற்காக நாங்கள் வேகமாக நடந்தோம். ஆனால் விரை விலேயே எங்களுக்கு மூச்சு முட்டியது. எனது சட்டைக்குள்ளே வியர்வை வழிவதை என்னால் உணரமுடிந்தது.'

கத்திபோல் குளிர் கிழித்துக்கொண்டிருந்தது. விடிவதற்கு இன்னும் 5 மணி நேரம் இருந்தது. நடுங்கியபடி சாலையை வந்தடைந்தார்கள். இவர்கள் எழுப்பிய பெரும் கூச்சலைக் காதில் போட்டுக்கொள்ளாமல் ஒரு லாரி கடந்து சென்றது. அதிகாலை ஆறு மணியளவில் மெல்லிதான வெளிச்சத்தின் கீற்றில் ஒரு குடிசை தென்பட்டது. மின்னல்போல் பாய்ந்து முன்னேறினார்கள்.

ஆச்சரியப்படும் வகையில் உபசரிப்பு அமைந்தது. வெண்ணெய் தடவிய ரொட்டியும் மேட் பானமும் உற்சாகம் அளிக்கக்கூடியதாகவும் மிகுதியான சுவையளிக்கக்கூடியதாகவும் இருந்தது. உணவுக்கு உபசரிப்பைக் காட்டிலும் கூடுதல் சுவை அளிக்கக்கூடிய இன்னொன்று இருக்கிறதா என்ன? மருத்துவர் என்பதற்கான தனது சான்றிதழை ஆல்பர்ட்டோ அவர்களிடம் காட்டினார். 'இந்த எளிய மனிதர்களைப் பொறுத்தவரையில் நாங்கள் இருவரும் கடவுளின் குமாரர்கள்'. ஏன் அப்படி? 'பணக்காரர்களும் ஏழைகளும் சமமாக மதிக்கப்படுகின்ற, இந்தியர்களைச் சுரண்டாத, பெரான் மற்றும் அவர் மனைவி ஈவிடா ஆகியோரின் அற்புதமான நாடான அர்ஜெண்டினாவில் இருந்து நாங்கள் வருகிறோம்.'

அங்கிருந்து மதியம் கிளம்பி நடக்கத் தொடங்கியபோது இன்னொரு லாரி அவர்கள் அருகில் வந்து நின்றது. சென்ற முறைபோல் இவர் பணம் கேட்பாரோ? ஆனால் குழப்பம் நீண்ட நேரம் நீடிக்கவில்லை. நட்புடன் அந்த ஓட்டுனர் இருவரையும் வரவேற்று அமர வைத்தார். எர்னஸ்டோவும் ஆல்பர்ட்டோவும் நிம்மதிப் பெருமூச்சுடன் புன்னகைத்துக்கொண்டார்கள்.

நாகரிகத்தின் நிழல்

13

பெரு குடியரசு தென் அமெரிக்காவின் வடபகுதியில் மேற்கே அமைந்துள்ளது. வடக்கில் ஈக்வடார், கொலம்பியா நாடுகளும் கிழக்கில் பிரேசிலும் தெற்கில் சிலி, பொலிவியா நாடுகளும் அமைந்துள்ளன. பசிபிக் பெருங்கடல் தென் கிழக்கே அமைந்துள்ளது. உலகின் மிகப் பெரிய ஆறான அமேசான் பெருவில் பாய்கிறது.

உலகப் புகழ்பெற்ற பண்டைய இன்கா நாகரிகம் தோன்றியது பெருவில்தான். அங்கு வாழ்ந்த மக்கள் இன்கா என்னும் இனத்தைச் சேர்ந்தவர்கள். ஆந்திய மலைத்தொடர்களின் சரிவுகளில் ஏற்பட்ட நகரங்களில் இன்கா நாகரிகம் மலர்ந்ததால் இதனை ஆந்திய நாகரிகம் என்றும் அழைக்கிறார்கள். பண்டைக்கால நாகரிகங்களின் வரலாறு என்னும் நூலில் உள்ள அறிமுகப் பகுதி இது. 'இன்கா இனத்தவர் ஸ்பானியர்கள் வருகைக்கு முன் ஆந்திய மலைச் சரிவுகளுக்கிடையே ஒரு பேரரசை அமைத்து ஆட்சி புரிந்துவந்தனர். அதன் தலைநகர் குஸ்கோ. கி.பி. 15ம் நூற்றாண்டில் அது தன் புகழின் உச்சநிலையை எய்தியது. அந்நகரின் நடுவே அழகிய நீரோடை ஒன்று ஓடிக்கொண்டிருந்தது. அதன் இரு கரைகளிலும் அழகிய அரண்மனைகள் பலவும், கம்பீரமான கோயில்களும் எழுப்பப்பட்டு இருந்தன. சூரிய பகவானுக்கு அவ்வப்போது திருவிழாக்கள் திறந்த வெளியில் நடைபெற்றன. நகரைச் சுற்றிலும் திண்ணிய மதில்கள் சூழ்ந்திருந்தன. அம்மதில்கள் கற்களால் கட்டப்பட்டிருந்தன. ஒரு கல்லுக்கும் இன்னொன்றுக்கும் இடை

வெளி சிறிதும் இல்லாதபடி அவை ஒன்றன்மீதொன்று அழகாக அடுக்கப் பட்டிருந்தன.'

டராட்டாவை நோக்கி இறங்கும் பள்ளத்தாக்கில் லாரி சென்றுகொண்டி ருந்தது. கம்பளி மேலாடை அணிந்த பழங்குடிகள் பலர் வழியில் ஆங்காங்கே வண்டியை நிறுத்தி ஏறிக்கொண்டார்கள். பல்வேறு பயிர்கள் வழி நெடுகிலும் பயிரிடப்பட்டிருந்தன. சில பழங்குடிகளின் காலணிகள் டயரால் தயாரிக்கப் பட்டிருந்ததை எர்னஸ்டோ கண்டார். சில, கயிற்றினால் பின்னப் பட்டிருந்தன. அவர்களுடைய மொழியை அவரால் புரிந்துகொள்ளமுடிய வில்லை.

டராட்டா (Torata) என்றால் மக்கள் ஒன்றுகூடும் இடம். அந்த நகரைச் சுற்றிச் சூழ்ந்து பாதுகாத்துக்கொண்டிருக்கும் மலைகள் ஆங்கில 'வி' வடிவத்தில் மிகப் பெரியதாக அமைந்திருக்கும் இடத்தில் நகரம் அமைந்திருந்ததால் அதற்கு இந்தப் பெயர் ஏற்பட்டிருக்கலாம் என்பது எர்னஸ்டோவின் யூகம். பல நூற்றாண்டுகளாக எந்தவித மாற்றமும் இன்றி அந்தப் பகுதி அமைந் திருப்பதாகவும் அவருக்குத் தோன்றியது. குழந்தைகளை முதுகில் சுமந்தபடி செல்லும் இந்தியப் பெண்களையும் (தென் அமெரிக்கப் பழங்குடிகள்) பழமையான கிறிஸ்தவ தேவாலயத்தையும் குறுகலான தெருக்களையும் கண்டபோது வரலாறு உயிர்பெற்று எழுந்து நிற்பது போலவும் இருந்தது.

இன்கா மக்கள் பரம்பரை பரம்பரையாகத் தொடர்ந்த அரச வம்சத்தினரால் ஆளப்பட்டு வந்தார்கள். அரசர் என்பவர் கிட்டத்தட்ட சர்வாதிகாரிதான். அவர் பொது மக்களுக்கு முன்பு அவ்வளவாகத் தோன்றமாட்டார். அவ்வளவு சுலபமாக யாரும் அவரை அணுகிவிடமுடியாது. உயர் பதவியில் இருந்த வர்கள் சமுதாய அடுக்குகளில் மேல் நிலை வகித்தவர்கள் மாத்திரமே அரசரை நெருங்கலாம். அரசர் என்பவர் கடவுளுக்கு ஒப்பானவர். சூரிய பக வானின் பிரதிநிதியாகவே அவர் கருதப்பட்டார். அந்த வகையில், அரசர், கடவுள், மத குரு, சமயத் தலைவர், வழிகாட்டி அனைத்தும் அவரேதான்.

அரசர் நாட்டு வலம் வரும்போது மக்கள் தங்கள் குறைகளை தகுந்த அதிகாரிகள்மூலம் தெரியப்படுத்தலாம். அவருக்குக் கோலாகலமாக வரவேற்பு அளிக்கவேண்டியது மக்களின் கடமை. கற்களால் கட்டப்பட்ட பிரமாண்டமான அரண்மனையில் மன்னர் வசித்து வந்தார். ஒன்று, இரண்டு என்றில்லாமல் நாடு முழுவதும் பல அரண்மனைகள் உருவாக்கப்பட்டிருந் தன. குஸ்கோவில் பெரும் அரண்மனை ஒன்றும் கோடைக்கால அலங்கார மாளிகை ஒன்றும் அமைக்கப்பட்டிருந்தன.

இன்கா மக்களுக்கு வேளாண்மையே பிரதான தொழிலாக இருந்தது. இத்துறையில் அவர்களை விஞ்ச யாருமில்லை என்னும் அளவுக்கு தொழில் நேர்த்தி பெற்றிருந்தார்கள். வேளாண்மைக்கு எந்த அளவுக்கு முக்கியத்துவம் கொடுக்கப்பட்டது என்றால், அரசரே பொன்னாலான கலப்பையைக் கொண்டு நிலங்களை சம்பிரதாயத்துக்காக உழுவது வழக்கமாக இருந்தது.

கடற்கரைப் பகுதிகள் தவிர்த்து உள்புறத்தில் இருந்த செழிப்பான நிலங்களில் விவசாயம் மேற்கொள்ளப்பட்டது. ஆறுகள், நீர் நிலைகள் ஆகியவற்றை மக்கள் உருவாக்கி வைத்திருந்தார்கள். வாழை, கோகோ, கசாவா போன்ற மரங்களையும் மக்காச்சோளம், அரிசி போன்ற உணவுப் பொருள்களையும் அவர்கள் பயிர் செய்தனர்.

ஆடு மேய்த்தலும் அவர்களுடைய முக்கியத் தொழில்களில் ஒன்று. ஆடுகள் பொதுவுடைமை ஆக்கப்பட்டிருந்தன. ஒவ்வொரு இடையனுக்கும் குறிப் பிட்ட எண்ணிக்கையில் ஆடுகள் பகிர்ந்தளிக்கப்படும். விழாக்காலங்களில் தெய்வங்களுக்குப் பலியிடுவதற்கு குறிப்பிட்ட எண்ணிக்கையிலான ஆடுகள் ஆண்டுதோறும் அரண்மனைக்கு அனுப்பப்பட்டன. ஆட்டு ரோமங்களைக் கத்தரிக்க ஆள்கள் தனியே நியமிக்கப்பட்டிருந்தனர். ரோமங்களைப் பெண்கள் ஆடைகளாக நெய்தனர்.

தொழிலாளிகளும் பொதுவுடைமையாகவே கருதப்பட்டனர். நாட்டின் பல்வேறு பொருளாதாரத் திட்டங்களில் அவர்கள் ஈடுபடுத்தப்பட்டனர். இவ்வாறு ஈடுபடுத்தப்படுவதற்கு அவர்களுடைய ஒப்புதல் அவசிய மில்லை. அனைவரும் ஒன்றாக உழைக்கவேண்டும், உற்பத்தி செய்யப் பட்ட பொருள்கள் கிடங்குகளில் சேகரிக்கப்பட்டு பொதுவில் சமமாக விநியோகிக்கப்படும். தொழிலாளர்கள் நாட்டுக்காகவே உழைத்தார்கள், நாட்டுக்காகவே உயிரை விட்டார்கள். இருந்தும் அவர்கள்மீது வரிச்சுமைகள் மிகுதியாகவே சுமத்தப்பட்டன.

இன்கா நாகரிகம் குறித்து தான் வாசித்தறிந்திருந்த விஷயங்களை யோசித்த படி நடை போட்டார் எர்னஸ்டோ. பண்டைய சரித்திரத்தின் பக்கங்களில் நடந்துகொண்டிருக்கிறோம் என்னும் உணர்வு அவரை உற்சாகம் கொள்ளச் செய்தது. பண்டைய நாகரிகத்தின் நிழல் எந்த அளவுக்கு இன்றைய பெரு மக்களிடம் படிந்திருக்கிறது என்பதை அறிய விரும்பினார் எர்னஸ்டோ.

தங்க இடமும் உணவும் கிடைத்தது. காவல் நிலையத்தில் படுத்து உறங்கி அதிகாலை மூன்று மணிக்கு எழுந்து புனோ என்னும் இடத்தை நோக்கி செல்லத் தொடங்கினார்கள். மீண்டும் லாரி. மீண்டும் கடுங்குளிர். போர்வைக் குள் எர்னஸ்டோவும் கிரானடோவும் ஒடுங்கிக்கிடந்தார்கள். மேடுகளில் ஏறும்போது விழுந்துவிடாமல் இருக்க அவ்வப்போது கைகளை எடுக்கும் போது உடல் நடுங்கியது. கிட்டத்தட்ட 5000 மீட்டர் உயரத்தில் அந்தச் சாலையிலேயே மிகவும் உயரமான ஓரிடத்தில் லாரி பழுதடைந்து நின்று விட்டது.

இன்னமும் விடியவில்லை என்பதால் குளிர் நீங்கியிருக்கவில்லை. இறங்கி நடக்கத்தொடங்கினார்கள். சில பழங்குடிகளும் அவர்களுடன் சேர்ந்து நடக்கத் தொடங்கியிருந்தனர். இளம் மருத்துவர்களைக் கண்டு அவர்களும் அவர்களைக்கண்டு இவர்களும் ஆச்சரியத்துடன் தங்களுக்குள் பேசிக் கொண்டே நடந்தனர். பழங்குடிகளின் ஆடைகள் ஏன் இப்படி இருக் கின்றன? அவர்களுக்குக் குளிரே இருக்காதா? லாமாக்களைப்போல் (தென்

அமெரிக்க ஒட்டகம்) எப்படி இவர்களால் கவலையின்றி ஒருவர் பின் ஒருவராக அசைந்து அசைந்து நடக்க முடிகிறது? உடைந்த ஸ்பானிய மொழியில் பழங்குடிகள் எர்னஸ்டோவிடம் கண்களை விரித்து கேட்னர். அதென்ன விசித்திரப் பாத்திரம்? தண்ணீரை ஏன் அதில் ஊற்றிக் குடிக்கிறீர்கள்?

லாரி தயாரானதும் மீண்டும் பயணம் வேகம் அடைந்தது. அவ்வப்போது இளைப்பாற வண்டி ஆங்காங்கே நின்றது. ஒரு பழங்குடி தன் மகனுடன் எர்னஸ்டோவை நெருங்கி, பல கேள்விகளை எழுப்பினார். தனது பயணத் தைப் பற்றியும் வழியில் கண்ட அற்புதமான காட்சிகள் பற்றியும் எர்னஸ்டோ அவருக்கு விவரித்தார். பெரான் பற்றிச் சொல்லுங்கள், அவருடைய ஆட்சி எப்படிப்பட்டது என்று அவர் ஆவலுடன் கேட்டார். கற்பனைக்கு எட்டிய அளவுக்கு தனது 'அர்ஜெண்டினா தலைவர்' பற்றி எர்னஸ்டோ நிறையவே அள்ளி விட்டார். உங்கள் நாடு எப்படிப்பட்டது என்று கேட்கப்பட்டபோ தெல்லாம் இப்படித்தான் பல கதைகளை அவர் எடுத்துவிடுவது வழக்கம்.

பள்ளி ஆசிரியர் ஒருவர் (அவர் உடலில் பழங்குடிகளின் ரத்தம் ஓடிக் கொண்டிருந்தது) பெருவின் சிறப்புகளையும் தனது பூர்விகப் பழக்கவழக்கங் களையும் பண்பாட்டையும் மிகவும் ஆர்வத்துடன் எர்னஸ்டோவிடம் பகிர்ந்துகொண்டார். ஒரு விசித்திரமான கதையையும் அவர் சொன்னார்.

பழங்குடிகளின் முக்கியமான இஷ்ட தெய்வங்களில் ஒன்று பூமித்தாயான பாச் சாமாமா. அடக்க முடியாத துயரம் தாக்கும்போது ஒரு அடையாளக் கல்லை பாச்சாமாமாவுக்கு அர்ப்பணித்து தங்கள் துயரத்தை அந்தக் கல்லில் அவர்கள் இறக்கிவிடுவார்களாம். பழங்குடிகளின் வாழ்வில் துன்பங்களுக்குக் குறைச் சலே இல்லை என்பதால் கற்களின் எண்ணிக்கை அதிகரிக்கத் தொடங்கி விட்டன. ஒரு கட்டத்தில் பெரும் கற்குவியல் ஏற்பட்டுவிட்டது.

அந்தக் கற்குவியலை எர்னஸ்டோ சற்று முன்புதான் பார்த்திருந்தார். 'ஆம், நீங்கள் சொல்லும் இடம் எனக்குத் தெரியும். மலை உச்சியில் நேற்றுதான் அதனை கடந்து வந்தேன். ஆனால், அங்கே ஒரு சிலுவை நடப்பட்டிருந்தது. அந்தப் பகுதியைக் கடந்து செல்லும்போது என்னுடன் லாரியில் வந்த சிலர் எச்சில் துப்பினார்கள். அது ஏன்?'

அந்தப் பள்ளி ஆசிரியர் விளக்கமளித்தார். 'ஆம், உண்மைதான். ஸ்பானி யர்கள் இந்தப் பிரதேசத்தை வென்றபோது பழங்குடிகளின் நம்பிக்கை களையும் சடங்குகளையும் அவர்கள் அழிக்க முயன்றார்கள். கிறிஸ்த வத்தையும் புகுத்த முயன்றார்கள். ஆனால் எவ்வளவு முயன்றும் பாதிரி களால் பழங்குடி தெய்வங்களை ஒழிக்கமுடியவில்லை. வேறு வழியின்றி பூமித்தாயின் கற்குவியல்களுக்கு மேலே சிலுவையை நட்டுவிட்டார்கள். நான்கு நூற்றாண்டுகளுக்கு முன்பு இது நடந்தது. இப்போது யாரும் பழைய நம்பிக்கைகளை அப்படியே பின்பற்றுவதில்லை. கற்களை வைப்பதற்குப் பதிலாக கோகோ மென்று துப்புகிறார்கள். அப்படி துப்பும்போது அவர் களுடைய துயரம் பூமித்தாய்க்குச் சென்று சேர்ந்துவிடும்.'

கொலம்பஸின் வருகைக்கு முன்பு, அதாவது 1438 முதல் 1533 வரை இன்கா சாம்ராஜ்ஜியம் தற்போதைய பெருவில் செழிப்புடன் இருந்தது. இப்போதைய பெரு, ஈக்வடாரின் பெரும் பகுதி, பொலிவியாவின் சில பகுதிகள், வடமேற்கு அர்ஜெண்டினா, வடக்கு மற்றும் மத்திய சிலி, தெற்கு கொலம்பியா ஆகிய பகுதிகளை உள்ளடக்கிய பெரும் நிலப்பரப்பு இன்கா பேரரசின் கட்டுப்பாட்டில் இருந்தது. இன்கா அரசர்கள் போர்க்குணத்துக்குப் பெயர் பெற்றவர்கள். பலவந்தமாக நிலப்பரப்புகளை கையகப்படுத்தி அவர்கள் இணைத்துக்கொண்டார்கள்.

வெல்லப்பட்ட நாடுகளை இன்கா மன்னர்கள் தங்கள் நாடாகவே பாவித்து அங்குள்ள மக்களுக்கு தங்கள் வாழ்க்கை முறையைக் கற்றுக்கொடுத்தார்கள். தங்களுடைய மொழி, சமயம், பழக்கவழக்கங்கள் அனைத்தையும் அவர்கள் வெல்லப்பட்ட மக்கள்மீது திணித்தார்கள். இன்கா மன்னர்கள் ஆக்கிரமிக்கப்பட்ட மக்களை நல்லவிதமாகவே நடத்தினார்கள் என்று சில வரலாற்றாசிரியர்கள் குறிப்பிடுகிறார்கள்.

பல பூர்விகப் பழங்குடியினங்கள் இன்காவை எதிர்த்து நின்றதையும் நாம் காண்கிறோம். அவர்களில் அய்மாரா பழங்குடிகளும் அடங்கும். அவர்களைப் பற்றி சொல்லும்போது அந்தப் பள்ளி ஆசிரியரின் முகம் பெருமிதத்தால் மலர்ந்திருந்தது. அதே சமயம் அவர்களுடைய தற்போதைய நிலையை விவரிக்கும்போது அவர் குரலில் வேதனையே எஞ்சியிருந்தது. பிற மக்களைப்போல் அய்மாரா பழங்குடிகள் முன்னேறவேண்டும் என்னும் தன் விருப்பத்தை அவர் எர்னஸ்டோவிடம் பகிர்ந்துகொண்டார்.

'ஒவ்வொரு தனிமனிதனுக்கும் உதவக்கூடிய பள்ளிகளை உருவாக்க வேண்டும்.' ஆனால், தற்போதைய கல்விமுறை வெள்ளையர்களால் உருவாக்கப்பட்டது என்பதால் குறிப்பிடத்தக்க முறையில் அதை மாற்றவேண்டும் என்றும் அவர் குறிப்பிட்டார். 'இந்தக் கல்விமுறை அவர்களுக்கு அவமானத்தையும் வேதனைகளையும் அளிக்கிறது. சக இந்தியர்களுக்கு உதவ இயலாதவர்களாக அவர்களை மாற்றுகிறது. அவர்களை இழிவுபடுத்துவதாகவும் அமைந்திருக்கிறது.'

உடைந்த குரலில் அவர் சொன்னார். 'நம்முடைய கனவை நம் குழந்தைகளாவது நிறைவேற்றுவார்கள் என்று அய்மாராக்கள் நம்பிக்கையுடன் இருக்கிறார்கள். இந்த நம்பிக்கையோடு அவர்கள் இறந்தும் விடுகிறார்கள். இந்தத் துயரமான மக்களின் தலைவிதி இப்படி.'

மார்ச் 26, 1952 அன்று எர்னஸ்டோவும் கிரானடோவும் புனோ என்னும் நகரை வந்தடைந்தார்கள். ராணுவக் குடியிருப்பு ஒன்றில் உணவும் தங்குவதற்கு இடமும் கிடைத்தது. ஆனால், இரவில் அங்கு தங்கமுடியாது என்று அதிகாரிகள் சொல்லிவிட்டதால் ஏரியை நோக்கி அவர்கள் நகர்ந்தார்கள்.

அங்கிருந்த மீனவர்கள் அய்மாரா பழங்குடிகளாக இருந்தனர். ஒரு படகில் இருவரும் ஏரியைச் சுற்றி வந்தனர். ஆனால் அவர்களுடன் உரையாட

முடியவில்லை. ஒரு மொழிபெயர்ப்பாளர் இல்லாமல் எந்தவொரு கேள்விக்கும் பதில் பெற்றுவிடமுடியாது என்பது தெரிந்தது. அவர்களில் சிலர் இதுவரை ஒரு வெள்ளையரைக்கூட பார்த்ததில்லை என்று ஒரு வழிகாட்டி பின்னர் சொன்னார். 'ஐந்நூறு வருடங்களுக்கு முன்பு பயன் படுத்தப்பட்ட அதே வழிமுறைகளைக் கொண்டு மீன் பிடிப்பவர்களாகவும், அதே உணவை உண்பவர்களாகவும், தங்கள் பழக்கவழக்கங்கள், சடங்குகள், மரபுகள் ஆகியவற்றைப் பாதுகாப்பவர்களாகவும் அவர்கள் இருந்தனர்.'

மறைந்த வரலாறு

14

இன்கா மக்களின் தலைநகரமாக இருந்த குஸ்கோ (Cusco) பெருவில் தென்கிழக்கில் அமைந்துள்ள ஒரு நகரம். யுனெஸ்கோவால் உலகப் பாரம்பரியச் சின்னங்களில் ஒன்றாக 1983ல் அறிவிக்கப்பட்ட குஸ்கோ, தற்போதைய பெருவின் வரலாற்றுத் தலைநகரமாகவும் திகழ்கிறது.

முற்றிலும் மலைகளால் சூழப்பட்ட இந்நகரை வந்தடைந்த எர்னஸ்டோ முதல் பார்வையிலேயே தன் மனத்தை பறிகொடுத்துவிட்டார். 'பல யுகங்களின் மாயப் புழுதி' படிந்த தெருக்களில் உற்சாகமாக நடை போட்டார் எர்னஸ்டோ. இன்கா மக்களின் படைப்புக் கடவுள் விராகோச்சா தனது மக்களுக்காகப் பிரத்தியேகமாகத் தேர்ந்தெடுத்த பகுதி என்று இது நம்பப்படுகிறது. டவான்டின்சுயு (Tawantinsuyu) என்னும் பெயரால் குறிக்கப்பட்ட இன்கா சாம்ராஜ்ஜியம், புதிய எல்லைகளைத் தேடி தன் பரப்பை அதிகரித்துக்கொண்டபோது, குஸ்கோவும் அதன் ஒரு பகுதியாக மாறியது.

12ம் நூற்றாண்டில் குஸ்கோவில் வசித்த மேய்ச்சல் நிலப் பகுதி மக்கள், மான்கோ கபாக் (Manco Capac) என்னும் தலைவரால் ஒன்றிணைக்கப்பட்டனர். குஸ்கோ அப்போது உருவான ஒரு நகரம். 1438ல் சாபா இன்கா என்பவர் (பூமியை உலுக்குபவர்) ஆட்சியை விரிவுபடுத்தும் முயற்சியில் இறங்கினார். அவரும் அவருடைய மகன் டுபாக் என்பவரும் இணைந்து பெரும்பாலான ஆந்திய மலைப் பகுதியைத் தங்கள் கட்டுப்பாட்டில் கொண்டு வந்தனர்.

‘பல யுகங்களின் மாயப் புழுதி’ என்று எர்னஸ்டோ வர்ணித்திருந்ததற்குக் காரணம் அதன் பழைமை மட்டுமல்ல, பழைமையின் எச்சங்கள் இப்போதும் காணக்கிடைத்ததுதான். உலகத்தின் மையமாக, பூமியின் தொப்புளாக குஸ்கோ திகழ்வதாக மாயன் மக்கள் கருதினார்கள். கோட்டை, கொத்தளங்கள் கட்டி தங்கள் பேரரசை உருவாக்கினார்கள். பின்னாள்களில் வந்த ஸ்பானிய ஆக்கிரமிப்பாளர்களால் குஸ்கோ வசப்படுத்தப்பட்டது. அப்போது மாயன் மக்கள் உருவாக்கிய அடையாளங்கள் பெருமளவில் சேதப்படுத்தப்பட்டன. கிட்டத்தட்ட நாகரிகங்கள் அனைத்தும் இப்படிப்பட்ட அழிவை உலகம் முழுவதிலும் சந்தித்துள்ளன. அனைத்து நவீன நகரங்களின் காலடியின்கீழும் முந்தைய தலைமுறைகளின் வரலாறு புதைந்திருக்கிறது. குஸ்கோவின் சோகக்குரல் ‘சூறையாடப்பட்ட சிதிலமடைந்த கோயில்களிலும், கொள்ளையடிக்கப்பட்ட அரண்மனைகளிலும், மூர்க்கத்தனமாகத் தாக்கப்பட்ட இந்தியர்களிடத்திலும்’ ஒலிக்கிறது என்கிறார் எர்னஸ்டோ.

தங்கள் நகரத்தைப் பாதுகாத்துக்கொள்ள ஒரு மாபெரும் கோட்டையை (Sacsayhuamán) இன்கா பழங்குடிகள் உருவாக்கியிருந்தார்கள். நாடோடிகளாகத் திரிந்துகொண்டிருந்த பழங்குடிகள் நிலையான ஓரிடத்தில் தங்கள் குடியிருப்பை அமைத்துக்கொள்ள முடிவு செய்தபோது பொதுமக்களின் பாதுகாப்பு கருதி இந்தக் கோட்டையை உருவாக்கியிருக்கவேண்டும். ஆக்கிரமிப்பாளர்களைத் தடுத்து நிறுத்துவதற்காக அமைக்கப்பட்ட கோட்டையாக அது இருக்கமுடியாது என்கிறார் எர்னஸ்டோ. ‘ஒன்றன் பின் ஒன்றாக அமைக்கப்பட்ட சுவர்களைப் பார்த்தால், எதிரிகள் தாக்கும்போது, அவர்ளை எதிர்த்து மூன்று புறங்களிலிருந்தும் திருப்பித் தாக்கமுடியும் என்பதும் இந்தப் பாதுகாப்பையும் உடைத்துக்கொண்டு எதிரிகள் உள்ளே ஊடுருவினால், இதே போன்ற இன்னொரு சுவரையும், அதற்கப்பால் மூன்றாவதாக ஒரு சுவரையும் எதிர்கொள்ளவேண்டியிருக்கும் என்பதும் நன்கு புலனாகிறது. தற்காப்பில் ஈடுபட்டுள்ளவர்கள் புதிய யுக்திகளை மேற்கொள்வதற்கும் எதிர்த்தாக்குதலைத் தீவிரப்படுத்துவதற்கும் இது உதவும்.’

கொச்சுவா பழங்குடிகள் கணிதத்தில் தேர்ச்சி பெற்றவர்களாகவும் புதிய விஷயங்களைக் கண்டுபிடிக்கும் ஆற்றல் கொண்டவர்களாகவும் இருந்திருக்கிறார்கள் என்று ஆச்சரியம் கொள்கிறார் எர்னஸ்டோ. இன்கா நாகரிகத்துக்கு முந்தைய காலகட்டத்தைச் சேர்ந்தவர்களாக அவர்கள் இருக்கவேண்டும் என்பது அவருடைய கருத்து.

குஸ்கோ மக்களின் எண்ணிக்கை அதிகரித்ததால், வேறு வழியின்றி கோட்டையைவிட்டு வெளியேறி பள்ளத்தாக்கை நோக்கி மக்கள் நகர்ந்திருக்கவேண்டும். அவர்களுக்கு தங்களுடைய வரலாறு குறித்து பெருமை கொண்டவர்களாக இருந்தார்கள். நிகழ்கால நினைவுகளை அவர்கள் தங்கள் கடந்தகாலத்தோடு பொருத்திப் பார்த்து விடை காண முயன்றார்கள். அந்த வகையில், தங்கள்மீதான மேலாதிக்கத்துக்கும் வரலாற்றில் விடை தேடமுடியும் என்று அவர்கள் நம்பினார்கள். அவர்கள் கடவுளை நம்பினார்கள். தாங்கள் போற்றி கடவுளுக்குக் கோயில்கள் எழுப்பி, பூசாரிகளை

நியமித்தார்கள். கொச்சுவாக்களின் மேன்மையையும் அவர்களுடைய கலை யுணர்வையும் அவர்கள் வடித்த சிற்பங்களில் காணலாம். இந்த அழகியலே அவர்களுக்கு எதிராகத் திரும்பவும் செய்தது. ஆகவேதான் குஸ்கோவின் தோற்றத்தால் கவரப்பட்ட ஸ்பானிய வீரர்கள் படிப்படியாக அதை வென்றார்கள்.

ஸ்பானிய படையெடுப்பு இன்கா நாகரிகத்தின் பெருமிதங்களைத் தேடித்தேடித் தகர்த்தது. கோயில்கள் இடிக்கப்பட்டன. ஆனால் அவர்கள் கட்டியமைத்த கோட்டைகள் உறுதியாக நின்றன. 'துயரமான இன்கா மக்களுக்கு மகிழ்ச்சியான வாழ்க்கையை வழங்கும் இந்தக் கடவுளுக்குப் பதிலாக, மகிழ்ச்சியான மக்களின் துயரமான கடவுள் சிலையை நிறுவுவதில் இவர்கள் குரூரமான மகிழ்ச்சி அடைந்தார்கள்... இன்கா மக்களின் நிலத்தைப் பறித்தவர்களுடைய கட்டடங்களுக்கு எத்தகைய பேரழிவு ஏற்பட்டபோதிலும், சூரியக் கோயிலின் ஒரு கற்பாளம்கூட அசையவில்லை.'

இன்கா ரோகா அரண்மனையைக் கட்டிய இந்தியர்களின் உழைப்பை நினைத்து பார்த்தார் எர்னஸ்டோ. இப்போது ஏற்பட்ட துயரமான நிலைக்குக் கடவுளின் வழிவாங்கும் உணர்வுதான் காரணம் என்று அவர்கள் நினைத்தனர். தங்களுடைய கடந்த காலத்தின்மீது கடவுள்கள் போர் தொடுத்ததாக அவர்கள் நினைத்தனர். தங்களுடைய கோயில்கள் இருந்த இடத்தில் புற்றீசல்கள் போல் தேவாலயங்கள் பெருகியிருந்ததை அவர்கள் கண்டனர். இப்போது பெருமி தத்தின் இடத்தை தோல்வி பிடித்துக்கொண்டிருந்தது. மகிழ்ச்சியை துயரம் வீழ்த்தியிருந்தது. வரலாறு மற்றும் பண்பாட்டுச் செழுமையை காலனி யாதிக்க வெற்றியாளர்கள் பிடித்து வைத்திருந்தார்கள். மொத்தத்தில், வேதனையின் சுவடுகளே திரும்பும் திசையெங்கும் தென்பட்டன.

சரித்திர முக்கியத்துவம் வாய்ந்த அந்தப் பிரதேசத்தை எர்னஸ்டோ ஆர்வத் துடன் சுற்றி வந்தார். வரலாற்றுப் பக்கங்கள் அவர் கண்முன்னால் உயிர் பெற்று எழுந்து நின்றன. குஸ்கோ இனியும் பூமியின் தொப்புள் அல்ல, அது ஒரு புள்ளி மட்டுமே. 'அதன் புதையல்கள் கடல்வழியாகப் புதிய இடங் களுக்குக் கொண்டு செல்லப்பட்டு, வேறு பேரரசர்களின் அரண்மனைகளை அலங்கரிக்கின்றன.' ஆக்கிரமிப்புகளும் சூறையாடல்களும் குஸ்கோவைத் தொடர்ந்து அச்சுறுத்தின. பின்னாள்களில் தங்கம் மற்றும் வெள்ளிச் சுரங்கங்கள் குஸ்கோவில் கண்டுபிடிக்கப்பட்டன என்றாலும், குஸ்கோ இன்னவும் சுரண்டப்படும் ஓரிடமாகவே இருந்ததை எர்னஸ்டோ கண்டார்.

மலைத்தொடர்களுக்கு நடுவே குஸ்கோவின் வெளிச்சம் தொலைந்து போனது. சுற்றுலாப் பயணிகள் வந்துபோகும் மங்கிய ஓர் அடையாளமாக அது மாறிப்போனது. 'பெருவில் இருந்து வெளியேறிய செல்வங்கள்மீது இடைத்தரகர்கள் விதித்த வரிகளின்மூலம், லிமா என்னும் புதிய நகரம் குஸ்கோவுக்குப் போட்டியாக பசிபிக் கடற்கரையில் வளர்ச்சியடைந்தது. இந்த மாற்றத்தில் புரட்சிகரத் தன்மை எதுவும் இல்லாவிட்டாலும்கூட, இன்கா மக்களின் அற்புதமான தலைநகரம் படிப்படியாக கடந்த காலத்தின் நினைவுச்சின்னமாக மாறிப்போனது.'

உந்துசக்தி

15

இன்கா நாகரிகம் குறித்து போதுமான அளவுக்குப் பரிச்சயம் இல்லாத தனக்கு இந்தப் பயணம் பல வற்றைக் கற்றுத்தந்தது என்கிறார் எர்னஸ்டோ. உல்லாசமாகக் கண்டு களிப்பதற்கான மற்றொரு இடமாக இல்லாமல் வரலாற்றைப் போதிக்கும் அரிய பிரதேசமாக குஸ்கோ எர்னஸ்டோவுக்குக் காட்சியளித்தது.

குஸ்கோவில் பதினைந்து தினங்களைக் கழித்தார் எர்னஸ்டோ. அங்கிருந்த அருங்காட்சியகம் தொலைந்துபோன குஸ்கோவின் செல்வங்களைச் சுட்டிக்காட்டும் நோக்கில் இருந்தன. 'குஸ்கோவில் உள்ள தொல்லியல் அருங்காட்சியகம் சிறப்பான தல்ல. அங்கிருந்து கடத்தப்பட்ட செல்வங்களின் அளவு எப்பேர்ப்பட்டது என்று அதிகாரிகள் உணர்ந்தபோது காலம் கடந்துவிட்டது.'

ஹுவாம்போ என்னும் நகரில் உள்ள தொழுநோய் மருத்துவமனையையும் ஹுவாங்கராமா என்னும் நகரையும் காணும் நோக்கில் பயணம் தொடர்ந்தது. வழியில் நடைபெற்ற ஓர் உள்ளூர் திருவிழா எர்னஸ்டோவின் கவனத்தைக் கவர்ந்திருந்தது. ஆன்மிகப் பற்றோ கடவுள் பற்றோ அற்றிருந்த எர்னஸ்டோவுக்கு அங்கிருந்த பாதிரி ஒருவர் உரத்த குரலில் ஆற்றிக்கொண்டிருந்த மதப்பிரசாரம் ஒரு வேடிக்கை நிகழ்ச்சியாகவே காட்சியளித்தது.

'பரிதாபத்துக்குரிய அந்தப் பாதிரியார் மூன்று மணி நேரங்கள் உரை நிகழ்த்தவேண்டியிருந்தது. ஆனால் ஒன்றரை மணி நேரம் பாக்கியிருந்த நிலையில், அவரால் தனது பயனற்ற உரையைத் தொடரமுடிய

வில்லை. உடனே, 'கவனியுங்கள் கவனியுங்கள்! தேவன் வந்துவிட்டார். தேவன் நம்மோடிருக்கிறார். தேவனின் ஆன்மா நம்மை வழிநடத்துகிறது' என்றார்.' எப்போதெல்லாம் உரைக்கான வாசகங்கள் சிக்கவில்லையோ அல்லது எப்போதெல்லாம் பார்வையாளர்களின் கவனம் திசைதிரும்புகிறதோ அப்போதெல்லாம் தேவனை அவர் பூலோகத்துக்கு அழைத்து வந்து காட்டினார். 'ஐந்தாறுமுறை பரிதாபத்துக்குரிய கிறிஸ்துவின் பெயர் உச்சரிக்கப்பட்ட பிறகு, எங்களால் சிரிப்பை அடக்கமுடியவில்லை. நாங்கள் உடனடியாக அங்கிருந்து கிளம்பினோம்.'

தொழுநோயாளிகளின் காலனி பரிதாபகரமாகக் காட்சியளித்தது. நீண்ட குதிரைச் சவாரிக்குப் பிறகு இங்கு வந்து சேர்ந்தார்கள். பொதுவில் யாரும் செய்யாத, பாராட்டத்தக்க பணிதான் என்றாலும் மருத்துவமனையின் தோற்றம் மோசமாக இருந்தது. முப்பத்தோரு நோயாளிகள் இருந்தார்கள். பெரு நாட்டு மக்களின் மனநிலையும் இதற்குக் காரணம் என்று எர்னஸ்டோவுக்குத் தோன்றியது. எது எப்படியிருந்தாலும் தொடர்ந்து வாழ்க்கையை முன்னகர்த்திச் செல்பவர்களாக அவர்கள் இருந்தார்கள். அசுத்தமும் நோயும் ஏழைமையும் வாட்டி வதைத்தபோதும், வாழவேண்டும் என்னும் வேட்கை அவர்களைவிட்டு அகலவில்லை. அல்லது, இப்போதிருக்கும் நிலையைவிட உயர்வான ஒரு நிலையை அடையும் வழி அவர்களுக்குத் தெரியாமலிருக்கலாம்.

'அறுவை சிகிச்சைக்குத் தேவையான கருவிகள் அங்கே இல்லை. ஒரு பெரிய அறுவை சிகிச்சையைக்கூட அங்கிருந்த மருத்துவர் சமையலறை மேஜையில் தான் செய்யவேண்டியிருந்தது.' புதிய மருத்துவமனைக்கு வந்து பாருங்கள் என்று அழைத்துச் சென்றார்கள். ஆனால் அதுவும் கிட்டத்தட்ட முந்தையதைப் போலவே இருந்தது.

அந்தப் பகுதியில் இருந்ததில் எர்னஸ்டோவுக்கு ஆஸ்துமா அதிகரிக்க, உடனே அங்கிருந்து கிளம்பினார்கள். பல கிராமங்களைக் கடந்து சென்றார்கள். உணவுக்கும் தங்குமிடத்துக்கும் பல கதைகளையும் சால்ஜாப்புகளையும் அவர்கள் சொல்லவேண்டியிருந்தது. பொதுவாக அவர்கள் கடைபிடிக்கும் வழி ஒன்று உண்டு. மற்றவர்களுடைய கவனத்தை ஈர்க்கும் வகையில் சத்தமாக இப்படிப் பேசுவார்கள். இன்று என்ன தேதி? என்பார் ஆல்பர்ட்டோ. எர்னஸ்டோ அப்போதுதான் தேதி நினைவு வந்ததுபோல் கொஞ்சம் யோசித்து சொல்வார். உடனே ஆல்பர்ட்டோ துள்ளுவார். அடடா என்ன இது எர்னஸ்டோ, போன வருடம் இதே நாள் நம் சாகசப் பயணத்தைத் தொடங்கினோம். இன்றோடு ஓராண்டு பூர்த்தியாகிறது. பெரிய விஷயம்! ஆனால் என்ன செய்வது, கொண்டாட நம்மிடம் பணம் இல்லையே. உடனே அருகில் இருப்பவர் இவர்களை நெருங்கி, நான் வேண்டுமானால் சிறிது தருகிறேனே என்று சொல்வார். அதெப்படி, முன்பின் தெரியாத உங்களிடம் உதவி வாங்குவது என்று இருவரும் பலமாக மறுப்பார்கள். பிறகு அரைச் சம்மதத்துடன் பெற்றுக்கொள்வார்கள்.

பெருவின் தலைநகரம் லிமாவை வந்தடைந்தபோது பயணத்தின் மிக முக்கியமான ஒரு கட்டத்தை அடைந்துவிட்ட உணர்வு ஏற்பட்டது. 'எங்க

ளிடம் சல்லிக்காசுகூட இல்லை. உடனடியாகப் பணம் சம்பாதிப்பதற்கான வழியும் இல்லை. எனினும் நாங்கள் மகிழ்ச்சியாக இருந்தோம்.' இந்த விநோதமான உணர்வுதான் இருவரின் பயணத்தைத் தொடங்கிவைத்தது. இந்த விநோதமான உணர்வுதான் அவர்களை இந்த நிமிடம்வரை உயிர்ப்புடன் வைத்திருந்தது.

அழகிய குடியிருப்புகளும் அகன்ற தெருக்களும் கடற்கரையோரத்து வீடுகளும் கொண்ட நகரமாக இருந்தது லிமா. குஸ்கோவை ஒப்பிடும்போது லிமா, தனது காலனியாதிக்க நினைவுகளை கொஞ்சம் மறந்துவிட்டது போலவும் புதிதாகத் தன்னைப் புதுப்பித்துக்கொண்டுவிட்டது போலவும் எர்னஸ்டோவுக்குத் தோன்றியது. லிமாவில் உள்ள தொல்லியல் மற்றும் மானுடவியல் அருங்காட்சியகம் எர்னஸ்டோவை அதிகம் கவர்ந்தது. கோட்டைகள், தேவாலயங்கள் என்று லிமாவின் கட்டடக்கலையை வெளிச்சம் போட்டுக் காட்டும் பகுதிகளில் சுற்றி வந்தார்கள். ஸ்பானிய காலனிகளில் இருந்ததைக் காட்டிலும் இங்குள்ள தேவாலயங்கள் ஊசி போல் மெல்லிதாகக் காணப்பட்டன.

தங்கத்தாலான சிற்பங்கள் இருந்தன. 'இப்படிப்பட்ட மாபெரும் செல்வத்தின் காரணமாகவே ஆட்சியாளர்கள் அமெரிக்காவின் ராணுவப் படைகளை எதிர்த்து இறுதிவரையில் போராடினர். ஒரு காலனியின் நிலப்பிரபுத்துவ நிலைமையை இன்னும் கடந்திராத பெருவின் முழுமையான பிரதிநிதியாக லிமா விளங்குகிறது. ரத்தம் சிந்தப்படும் ஒரு உண்மையான விடுதலைப் புரட்சிக்காக அது இன்னும் காத்துக்கொண்டிருக்கிறது.'

நோவில்லாடா என்று அழைக்கப்படும் காளைச் சண்டையை ஒரு ஞாயிற்றுக்கிழமை இருவரும் கண்டு களித்தார்கள். அருங்காட்சியகம், காவல் நிலையம் (உணவுக்கு), தபால் அலுவலகம் என்று ஒவ்வொரு நாளும் ஓரிடத்துக்குச் செல்லவேண்டியிருந்தது. எங்கு செல்வதாக இருந்தாலும் மறக்காமல் அவர்கள் காணும் ஓரிடம் தொழுநோய் மருத்துவமனை. முறைப்படி அறிமுகப்படுத்திக்கொண்டு ஒவ்வொரு மருத்துவமனையையும் சுற்றி வந்து, மருத்துவர்களிடம் பேசி, தெரிந்துகொண்ட விஷயங்களைத் தனது நோட்டு புத்தகத்தில் பதிவு செய்வது எர்னஸ்டோவின் வழக்கம். அனைத்து மருத்துவமனைகளிலும் இவர்களுக்கு நல்ல வரவேற்பு கிடைத்தது.

தொழுநோய் மருத்துவமனையைச் சென்று பார்க்க விரும்பும் சுற்றுலா பயணிகள் வேறு யார் இருக்கமுடியும்? அவ்வாறு செல்லும் இடங்களிலெல்லாம் மருத்துவர்களையும் மருத்துவமனை ஊழியர்களையும் நோயாளிகளையும் நண்பர்களாக்கிக்கொள்வது எர்னஸ்டோவின் வழக்கம்.

லிமாவிலும் அதுதான் நடந்தது. 'மருத்துவமனையில் இருந்த நோயாளிகள் எளிமையாக எங்களை வழியனுப்பி வைத்தபோதிலும், லிமாவிலேயே எங்களை மிகவும் பாதித்த விஷயம் அதுதான். அவர்கள் எங்களுக்காகப் பணம் சேர்த்து ஒரு மிகப் பெரிய பாராட்டுக் கடிதத்துடன் சேர்த்து அன்பளிப்பாக வழங்கினார்கள். அதன் பிறகு அவர்களில் சிலர் எங்களிடம் தனிப்பட்ட

முறையில் வந்து விடைகொடுத்தார்கள். நாங்கள் இங்கே வந்ததற்காகவும், அவர்களுடன் நேரத்தைக் கழித்ததற்காகவும், அவர்கள் அளித்த பரிசுகளைப் பெற்றுக்கொண்டதற்காகவும் எங்களுக்கு நன்றி கூறினார்கள். அப்போது சிலரின் கண்களில் கண்ணீர் ததும்பியது. தொழுநோயைப் பற்றி ஆழமாக ஆய்வு செய்யும்படி எங்களை உத்வேகமூட்டக்கூடிய ஒன்று உண்டென்றால், அது நாங்கள் போகிற இடங்களிலெல்லாம் எங்கள்மீது நோயாளிகள் காட்டும் அன்பாகத்தான் இருக்கமுடியும்.'

மறக்கமுடியாத மனிதர்கள்

16

பெரு பயணம் நெடுகிலும் எர்னஸ்டோவை இம்சித்த இரு விஷயங்கள், கொசு மற்றும் ஆஸ்துமா. 'எருதின் நீண்ட அலறலைப்போன்ற இளைப்பு நோயிலிருந்து' விடுபடுவது சவாலான காரியமாக இருந்தது. ஒரு நாளைக்கு நான்கு முறை அட்ரினலின் ஊசி தனக்குத் தானே செலுத்திக் கொண்டபிறகும் மூச்சு வாங்குவது நிற்கவில்லை. சில சமயம் நாள் முழுவதும் படுக்கையில் பொழுதைக் கழிக்கவேண்டிய நிலை. சில சமயம், எழுந்து சிறிதளவு உண்ண முடியும், ஆனால் வெளியில் எங்கும் சுற்றிவரமுடியாது. குளிர்ந்த காற்று உடலில் படும் ஒவ்வொரு முறையும் உடல் நடுக்கம் கண்டது. நடுங்கும் உடலை கொசுக்களுக்கும் அர்ப்பணம் செய்யவேண்டியிருந்தது. 'ஆஸ்துமாவும் கொசுக்களும் என் சிறகுகளைத் துண்டித்தன. (ஆனால்) இயற்கையின் அனைத்து ஆற்றல்களும் எனது வேட்கையை அதிகரித்தன.'

வறியவர்கள், நோயாளிகள், பழங்குடிகள், செல்வந்தர்கள், சீட்டுக்கட்டு விளையாடும் சீமான்கள், பாலியல் தொழில் செய்பவர்கள், பணக்காரர்கள், சுற்றுலாப் பயணிகள், மருத்துவர்கள், சாமானியர்கள் என்று பலரையும் தன் பயணத்தில் எர்னஸ்டோ எதிர்கொண்டார். இந்த மனிதர்கள் எப்படிப்பட்ட தாக்கத்தை எர்னஸ்டோவுக்கு ஏற்படுத்தினார்கள்? பெருவில் ஒரு கப்பல் பயணத்தின்போது தனக்கு நேர்ந்த அனுபவங்களைப் பதிவு செய்யும்போது ஓரிடத்தில் இப்படிக் குறிப்பிடுகிறார் எர்னஸ்டோ. 'சாதாரண மாலுமிகளுடன் எங்களால் நன்றாகப் பழக

முடிந்தது. ஆனால் நடுத்தர வர்க்கத்தைச் சேர்ந்தவர்களுடன் அவர்கள் பணக்காரர்களோ இல்லையோ எங்களால் பழக முடியவில்லை.'

ஏன் முடியவில்லை? 'கையில் காசின்றிப் பயணம் செய்யும் இருவரிடம் (எர்னஸ்டோவும் ஆல்பர்ட்டோவும்) கவனத்தைச் செலுத்துவதைக் காட்டிலும் தங்கள் பழைய கதைகளைப் பேசுவதிலேயே அவர்கள் கவனமாக இருந்தார்கள். எல்லோரையும் போலவே அவர்களும் அறியாமை நிறைந்தவர்களாக இருந்தார்கள். ஆனால் வாழ்க்கையில் அவர்கள் பெற்ற சிறு சிறு வெற்றிகள்தான் அவர்களுடைய சிந்தனையை ஆக்கிரமித்துக்கொண்டிருந்தன. இவற்றால் அவர்கள் ஆதாயமடைந்ததால் ஏற்பட்ட மூர்க்கத்தனத்தின் விளைவாகவே அவர்கள் கீழான கருத்துகளை வெளிப்படுத்தினார்கள்.'

ஜூன் 1, 1952 அன்று பெருவில் இக்யுடோஸ் (Iquitos) என்னும் இடத்துக்கு வந்து சேர்ந்து ஆறு தினங்கள் ஆஸ்துமாவால் தொடர்ந்து அவதிப்பட்டார் எர்னஸ்டோ. சிறிதளவு முன்னேற்றம் ஏற்பட்டதும் சான் பாப்லோவை நோக்கி தங்கள் பயணத்தைத் தொடங்கினார்கள். கப்பலில் இரு தினங்கள் பயணம் செய்யவேண்டியிருந்தது. இந்தப் பயணத்தின்போதும் எர்னஸ்டோவைவிட்டு ஆஸ்துமா அகலவில்லை.

எர்னஸ்டோவுக்கு ஒரு வருத்தம் இருந்தது. புதிய இடங்களையும் புதிய மனிதர்களையும் காண முடிந்தது என்றாலும் நாகரிகத்தின் சுவடுகள் அற்ற பழங்குடிகளை அவர்களுடைய இருப்பிடங்களுக்குச் சென்று காணும் வாய்ப்பு கிடைக்கவில்லை. சில பழங்குடிகளை வழியில் காணமுடிந்தது என்றாலும் அவர்களுடைய இருப்பிடத்துக்கே நேரில் சென்று அவர்களோடு இயல்பாக பழகமுடியவில்லை. ஜூன் 4 அன்று தன் தந்தைக்கு எழுதிய கடிதத்தில் தன் வருத்தத்தை அவர் பகிர்ந்துகொண்டார். போதுமான உணவில்லாமல் காட்டுப்பகுதிகளுக்குச் செல்வது ஆபத்தானது, குறிப்பாக ஆஸ்துமா தாக்குதல் அச்சுறுத்திக்கொண்டிருக்கும்போது இப்படிப்பட்ட பயணங்கள் சாத்தியமில்லை. ஆற்றைப் பின்பற்றிக் காடுகளுக்குச் சென்றால் அவ்வளவு நாட்களுக்கு உண்ண உணவின்றி எங்களால் இருக்கமுடியாது. இத்தகைய இடங்களுக்குச் செல்வது அபாயகரமானது என்பது அல்ல காரணம். பணம் சேமிக்கவேண்டும். 'இப்படிச் சேமிக்கும் தொகை பின்னால் எனக்கு உதவிகரமாக இருக்கும்.'

ஒரே ஒரு திருப்தியும் இருந்தது. அது, தொழுநோய் மருத்துவமனைகளைச் சென்று பார்த்தது. 'தொழுநோய் மருத்துவமனை ஊழியர்களைப் பொருத்தவரை எங்கள் பயணம் முக்கியத்துவம் வாய்ந்த நிகழ்வாக மாறிவிட்டது. வருகை புரியும் இரண்டு ஆராய்ச்சியாளர்களுக்கு உரிய மரியாதையோடு அவர்கள் எங்களை நடத்துகிறார்கள். தொழுநோய் மருத்துவத்தில் எனக்கு உண்மையிலேயே ஆர்வம் ஏற்பட்டுவிட்டது. ஆனால் இந்த ஆர்வம் எவ்வளவு காலத்துக்கு நீடிக்கும் என்று எனக்குத் தெரியவில்லை.'

எர்னஸ்டோ தொடர்கிறார். 'எங்களுடைய பணியைத் தொடர்ந்து மேற்கொள்ளும்படி எங்களுக்கு உத்வேகமளித்தவர்கள் யார் தெரியுமா? லிமா மருத்துவ

மனையில் உள்ள நோயாளிகள்தான். அவர்கள் எங்களுக்கு விடை கொடுத்து அனுப்பிய அந்த நொடியே போதுமானது... அவர்களில் பலருடைய கண்களில் கண்ணீர் அரும்பியது. நாங்கள் மருத்துவர்க்குரிய முழு உடைகளையோ கையுறைகளையோ அணியவில்லை. எல்லோருடனும் கைகுலுக்குவது போலவே அவர்களுடனும் கைகுலுக்கினோம். அவர்களோடு உட்கார்ந்து எதைப் பற்றியாவது பேசிக்கொண்டிருப்போம். அவர்களோடு கால்பந்து விளையாடினோம். அவர்கள் எங்களைப் பாராட்டுவதற்குக் காரணம் இதுதான். இதெல்லாம் அர்த்தமற்ற துணிகரச் செயல்களாகக் கருதப் படலாம். ஆனால் எப்போதும் மிருகங்களைப் போலவே நடத்தப்பட்ட இந்தப் பரிதாபத்துக்குரிய மக்கள் சராசரி மனிதர்களாக நடத்தப்படுவதன் மூலம், அவர்களுக்குக் கிடைக்கும் மனநிறைவு அளவிட முடியாதது.' இந்த மனநிறைவோடு ஒப்பிட்டால் தாங்கள் சந்தித்த ஆபத்துகளும் சிக்கல்களும் துன்பங்களும் 'புறக்கணிக்கக்கூடிய அளவுக்கு மிகவும் சிறியவை' என்கிறார் எர்னஸ்டோ.

சான் பாப்லோவிலும் தொழுநோயாளிகள் குடியிருப்பைக் காண்பதில்தான் எர்னஸ்டோ முதலில் ஆர்வம் செலுத்தினார். தொழுநோயாளிகளை சமூகத்தில் இருந்து தனிமைப்படுத்தி ஓரிடத்தில் வைத்து சிகிச்சை அளிக்கும் வழக்கம் நடைமுறையில் இருந்த சமயம் அது. ஐந்து முதல் பதினைந்தாம் நூற்றாண்டு வரையிலான மத்திய காலகட்டத்தில் ஐரோப்பாவில் இந்த நடைமுறை பின்பற்றப்பட்டு வந்தது. பல பகுதிகளில் அதற்குப் பிறகும் இவ்வாறு தனிமைப்படுத்தும் வழக்கம் தொடர்ந்தது. இப்படிப்பட்ட குடியிருப்புகளை கிறிஸ்தவத் துறவிகள் தலைமை தாங்கி நடத்துவது வழக்கம். தொழுநோய் குறித்து பல தவறான நம்பிக்கைகள் அப்போது இருந்தன. உடலை உருக்கி சிதைக்கும் கொடூரமான நோய் என்றும், எளிதில் பரவக்கூடிய வியாதி என்றும் இதனைக் குணப்படுத்தவே முடியாது என்றும் அவர்கள் நம்பி னார்கள். எனவே சமூகத்தில் இருந்து தொழுநோயாளிகள் பிரித்தெடுக்கப் பட்டனர். அவர்களுக்கான குடியிருப்பை லாசரஸ் என்னும் புனிதரின் பெயரால் லாசர் வீடு என்று அழைத்தனர்.

இப்படிப்பட்ட குடியிருப்புகள் பொதுவாக மலைப்பாங்கான இடத்திலும், ஊருக்கு ஒதுக்குப்புறத்திலும் அமைக்கப்பட்டன. இந்தக் குடியிருப்புகளை நடத்த பொதுமக்களிடம் இருந்து நன்கொடைகள் வசூலிக்கப்பட்டன. இங்குள்ள நோயாளிகள் நடத்தப்பட்ட விதம் குறித்து வேதனையளிக்கும் தகவல்கள் பதிவு செய்யப்பட்டுள்ளன. தோல் வியாதிகள் கொண்டவர் களையும்கூட தொழுநோயாளிகள் என்று அழைத்து இப்படிப்பட்ட குடியி ருப்புகளில் அடைத்துவிடும் வழக்கமும் இருந்திருக்கிறது.

சான் பாப்லோவில் உள்ள தொழுநோயாளிகளின் குடியிருப்பை நிர்வகித்து வந்தவரும் ஒரு கன்னியாஸ்திரிதான். நோயாளிகள் பிரிவு என்று அழைக்கப் பட்ட பகுதியில் குடிசைகள் வரிசையாக அமைக்கப்பட்டிருந்தன. அந்த இடத்தைப் பற்றிய எர்னஸ்டோவின் முதல் விவரிப்பு இது. 'காட்டுக் குடிசைகளில், தாங்கள் விரும்பியதைச் செய்தபடி, சில தனித்தன்மைகளோடு

90

தனக்கே உரிய ஒரு வேகத்தில் இயங்கிக்கொண்டிருந்த ஓர் அமைப்பில் தாங்கள் தேர்ந்தெடுத்துக்கொண்ட வேலைகளில் ஈடுபட்டபடி, சுதந்தரமாக ஏறத்தாழ அறுநூறு நோயாளிகள் வசித்துவந்தார்கள்.'

அந்தக் குடியிருப்புப் பகுதியில் ஒரு ஊராட்சித் தலைவரும் நீதிபதியும் காவல்துறை அதிகாரியும் இருந்தனர். டாக்டர் பிரெஸ்ஸியானி என்பவருக்கு அங்கே நல்ல செல்வாக்கு இருந்தது. நோயாளிகளின் உடல் உபாதைகளைக் கவனித்துக்கொள்தோடு அவ்வப்போது அவர்களுக்குள் எழும் சண்டை, சச்சரவுகளையும் தீர்த்துவைக்கவேண்டிய பொறுப்பு அவருக்கு இருந்தது. பிரெஸ்ஸியானியுடன் எர்னஸ்டோ விரிவாக உரையாடினார். நோயின் தீவிரம் குறித்தும் அளிக்கப்படும் சிசிச்சை முறைகள் குறித்தும் கேட்டுத் தெரிந்துகொண்டார். சான் பாப்லோ எர்னஸ்டோவைச் செதுக்கிய முக்கிய இடங்களில் ஒன்று.

காடுகளும் மனிதர்களும்

17

டாக்டர் பிரெஸ்ஸியா சேகரித்து வைத்திருந்த ஆய்வுத் தகவல்கள் தனக்கு மிகவும் உபயோகமாக இருந்ததாக எர்னஸ்டோ குறிப்பிடுகிறார். நானூறு நோயாளிகளைத் தொடர்ந்து பரிசோதித்து சிகிச்சை அளித்து வந்ததன் காரணமாக அவர் மருத்துவ அறிவு ஆழமடைந்திருந்தது. சான் பாப்லோ குடியிருப்பில் உள்ள பெரும்பாலான தொழுநோயாளிகளுக்கு நரம்பு மண்டலம் பாதிப்படைந்திருந்தது. குடியிருப்பில் வசித்துக்கொண்டிருந்த குழந்தைகளுக்கும் கூட ஆரம்பக்கட்ட நரம்பியல் கோளாறுகள் இருக்கின்றவா என்பதை மருத்துவர்கள் பரிசோதித்துக் கொண்டிருந்தனர்.

எர்னஸ்டோ முன்பு கண்டிருந்த தொழுநோய் குடியிருப்பைப் போலவே இங்கும் அடிப்படை வசதிகள் காணப்படவில்லை. மின்சார விளக்குகள் இல்லை. குளிர்சாதனப் பெட்டி இல்லை. ஆய்வுக்கூடம் என்று சொல்லும்படி எதுவும் இல்லை. ஒரு நல்ல நுண்ணோக்கி இல்லை. உதவியாளர்கள் போதுமான அளவுக்கு இல்லை. நரம்பு மண்டலப் பிரச்னைகள் அதிகம் இருந்தபோதிலும் இங்கு அறுவை சிகிச்சை செய்வது சாத்தியமில்லை.

மீன் பிடிப்பதற்கும் நீச்சலடிப்பதற்கும் இடையில் நேரம் கிடைத்தது. கால்பந்து விளையாடவும் மருத்துவரோடு சீட்டு விளையாடவும்கூட முடிந்தது. என்றாலும், எர்னஸ்டோவின் கவனம் திரும்பத் திரும்ப தொழுநோயாளிகளைச் சுற்றியே வட்டமிட்டுக்கொண்டிருந்தது.

சான் பாப்லோவையும் தொழுநோயாளிகள் குடியிருப்பையும் எர்னஸ்டோவால் மறக்கமுடியாமல் போனதற்கு இன்னொரு காரணம் அவருடைய பிறந்தநாள். 'இன்னும் சிறுவனாகவே இருந்த எனக்கு 1952 ஜூன் 14ம் தேதி சனிக்கிழமை அன்று இருபத்து நான்கு வயது நிறைவடைந்தது.' வாழ்வு தன்னை அந்த அளவுக்கு மோசமாக நடத்தியிருக்கவில்லை என்றுதான் அவருக்குத் தோன்றியது. வாழ்வின் கால் நூற்றாண்டின் சிகரம். இதுவரை செய்திருப்பது என்ன? இனி செய்யவிருப்பது என்ன?

டாக்டர் பிரஸ்ஸியானியின் வீட்டில் எர்னஸ்டோவின் பிறந்த நாள் கொண்டாடப்பட்டது. மிகுந்த அன்புடன் நடத்தப்பட்ட விருந்துபசாரத்தைக் கண்டு நெகிழ்ந்துபோனார் எர்னஸ்டோ. அங்கு அவர் சிறியதாக உரையாற்றினார்.

'நாங்கள் ஏராளமான இடையூறுகளைச் சந்தித்துக்கொண்டிருக்கும் இன்றைய சூழலில், எங்களால் உங்களுக்கு வழங்க முடிந்ததெல்லாம் வார்த்தைகள் தான். எனவே அவற்றைப் பயன்படுத்தி என்னுடைய, என் நண்பனுடைய இதயபூர்வமான நன்றியைத் தெரிவித்துக்கொள்கிறேன். எங்களைப்பற்றி அதிகமாக எதுவும் தெரியாது என்றபோதும் அவர்களுடைய பிறந்த நாளைக் கொண்டாடுவதைப் போல் என் பிறந்த நாளை மிகச் சிறப்பாகக் கொண் டாடித் தங்களுடைய அன்பை வெளிப்படுத்தியிருக்கிறார்கள்... இன்னும் சில நாள்களில் நாங்கள் பெருவில் இருந்து கிளம்பிவிடுவோம். எனவே உங்களிடமிருந்து விடைபெறும் நோக்கிலும் என் உரை அமைகிறது. முதன் முதலாக நாங்கள் பெரு நாட்டின் டாக்னா என்னும் நகருக்குள் அடியெடுத்து வைத்தபோது எங்களிடம் தங்களுடைய விருந்தோம்பல் பண்பையும் அன்பையும் வெளிப்படுத்திய இந்த நாட்டின் அனைத்து மக்களுக்கும் என்னுடைய நன்றியைத் தெரிவித்துக்கொள்கிறேன்.'

தனது பயணங்கள் வாயிலாகத் தான் கண்டுணர்ந்த சில விஷயங்களையும் பகிர்ந்துகொண்டார் எர்னஸ்டோ. 'அமெரிக்கக் கண்டம் பல நாடுகளாகப் பிரிந்து கிடக்கிறது. இந்தப் பிரிவினைகள் நிலையற்றவை, மோசடியானவை. போலி நம்பிக்கைகளின் அடிப்படையில் அமைந்தவை. இது எங்களுடைய தீர்மானமான நம்பிக்கை. எங்களுடைய இந்த நம்பிக்கையை நாங்கள் மேற் கொண்ட பயணம் உறுதிப்படுத்தியிருக்கிறது. எனினும் இத்தகைய மேன்மையான லட்சியத்தின் பிரதிநிதிகளாக விளங்கக்கூடிய தகுதி எங்களுக்குக் கிடையாதுதான். நாம் அனைவரும் ஒரே மெஸ்டிஸோ இனத்தைச் சேர்ந்தவர்கள். மெக்சிகோவிலிருந்து மெகல்லன் நீர்ச்சந்தி வரையில் தனிச்சிறப்பான இனவரைவியல் ரீதியான ஒத்த தன்மைகள் நம்மிடம் இருக்கின்றன. எனவே, குறுகிய மனப்பான்மை கொண்ட பிரதேச வாதங்கள் அனைத்திலிருந்தும் விடுதலை பெறுவதற்கான ஒரு முயற்சியாக, பெருவுக்கும் ஒன்றுபட்ட அமெரிக்கக் கண்டத்துக்கும் எனது வாழ்த்து களைத் தெரிவித்துக்கொள்கிறேன்.'

யாகுவா பழங்குடி மக்களைக் காண்பதற்காக ஒரு ஞாயிற்றுக்கிழமை காலை கிளம்பினார்கள். அது ஒரு குடிசைப் பகுதி. வைக்கோல், பலகைகள்

இரண்டையும் கொண்டு இருப்பிடங்கள் உருவாக்கப்பட்டிருந்தன. எர்னஸ்டோ சந்தித்த பழங்குடி மக்கள் நவீன உடைகளையே உடுத்தியிருந்தனர். குழந்தைகளின் வயிறு பெருத்து காணப்பட்டது. ஆனால் வயதானவர்கள் குறைபாடுகள் இன்றி இருந்தனர். வாழைப்பழம், தென் அமெரிக்க நாடுகளில் விளையும் யக்கா எனப்படும் கிழங்கு வகை, ஈச்சம்பழம், விலங்குகள் ஆகியவை இந்த மக்களின் முக்கியமான உணவு வகைகள்.

சான் பாப்லோ தொழுநோய் குடியிருப்பைத் தொடர்ந்து சென்று பார்வையிட்டு வந்தார் எர்னஸ்டோ. மருத்துவர்களிடமும் தொழுநோய் நோயாளிகளிடமும் நெருங்கிப் பழகினார். அங்கேயே அவருக்குத் தங்குமிடம் வழங்கப்பட்டது. மூன்று வாரங்கள் அங்கேயே தங்கியிருந்து தன்னால் இயன்ற அளவு உதவிகள் செய்தார். பிரார்த்தனை கூடத்துக்கு வருபவர்களுக்கு மட்டுமே உணவு வழங்கப்படும் என்று கன்னியாஸ்திரிகள் வலியுறுத்தியிருந்தனர். குடியிருப்பை நிர்வகிப்பவர்கள் அவர்கள்தாம் என்பதால் அவர்கள் இட்டதுதான் கட்டளை. எர்னஸ்டோவுக்கு தேவாலயம் செல்ல விருப்பமில்லை என்பதால் அவருக்கு உணவு வழங்கப்படவில்லை என்றபோதும் வேறு வழியில் நண்பர்கள் தொடர்ந்து உணவு அனுப்பிக்கொண்டிருந்தனர். 'இந்தச் சின்ன பனிப்போரைத் தவிர வாழ்க்கை மிக மிக இனிமையாகக் கழிந்தது.'

பிஸ்கோ என்னும் ஒருவித போதை அளிக்கும் மது வகையையும் எர்னஸ்டோ விட்டுவைக்கவில்லை. அமெரிக்க ஒற்றுமை குறித்து அவர் நிகழ்த்திய உரைக்கு இந்த பிஸ்கோவும் உரிய பங்களிப்பு செய்திருந்தது.

தங்கியிருந்த இடத்திலிருந்து மருத்துவமனை செல்ல மிதவைகள் பயன்படுத்தப்பட்டன. திடீரென்று அமேசான் நதியை நீந்திக் கடக்கவேண்டும் என்னும் ஆவல் ஏற்பட, இரண்டு மணி நேரம் நீந்திக் கரையேறினார் எர்னஸ்டோ. வழக்கம்போல் இங்கும் நோயாளிகள் எர்னஸ்டோவைக் கண்கலங்க விடைகொடுத்து அனுப்பிவைத்தார்கள்.

'நாங்கள் கிளம்பவேண்டிய நாளான வெள்ளிக்கிழமையன்று நோயாளிகளிடம் விடைபெறுவதற்காகச் சென்றோம். சில புகைப்படங்கள் எடுத்துக் கொண்டோம்... மூன்று மணிக்கு அனைவரிடமும் விடைபெற்றோம். மூன்றரை மணிக்கு மம்போ டாங்கோ என்று பெயரிடப்பட்ட மிதவையுடன் கிளம்பினோம்... நெஞ்சை நெகிழவைக்கும் விதத்தில் உரை நிகழ்த்தினார்கள். எங்களை வழியனுப்பும் விதமாக படகுத்துறையில் ஒரு இசை நிகழ்ச்சியையும் நடத்தினார்கள்...'

இந்த இசை நிகழ்ச்சி குறித்து தன் தாய்க்கு எழுதிய கடிதத்தில் எர்னஸ்டோ மேலும் விவரித்தார். 'வலது கையில் ஒரு விரல்கூட இல்லாமல் அவற்றுக்குப் பதிலாக சில குச்சிகளைத் தனது மணிக்கட்டில் கட்டிக்கொண்டு அக்கார்டியன் வாசிக்கும் ஒரு கலைஞன்' எர்னஸ்டோவை கவர்ந்துவிட்டான். பாடகனுக்குக் கண்பார்வை கிடையாது. இவை போக, நரம்பு மண்டல நோய் காரணமாகப் பாதிக்கப்பட்ட பலர் அங்கே குழுமியிருந்தனர். அவர்கள் முகம்

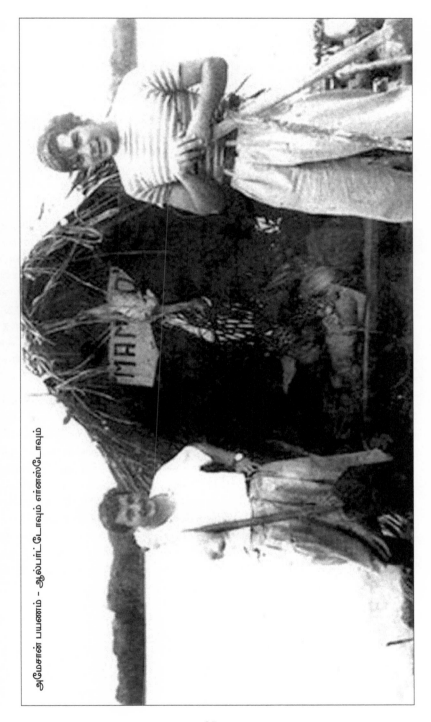

அமேசான் பயணம் - ஆல்பர்ட்டோவும் எர்னஸ்டோவும்

விகாரமாக இருந்தது. 'ஆற்று நீரில் பிரதிபலிக்கும் விளக்குகளின் வெளிச்சத்தில், ஒரு திகில் படத்தில் வரும் காட்சியைப்போல இருந்தது அது.'

அனைத்துக்கும் அடித்தளத்தில் அன்பு நிரம்பியிருந்தது. நோயும் ஏழைமையும் நிறைந்திருந்த அந்தப் பகுதியில்தான் அளவிட முடியாத வளங்களும் காணக்கிடைத்தன. 'ஆற்றின் நடுப்பகுதி வரையில் எங்களைக் கொண்டு வந்தவர்கள் (டாக்டர் பிரெஸ்ஸியானி உள்ளிட்டோர்) இனி எங்கள் பயணத்தை நாங்களே மேற்கொள்ளும்படி விட்டுவிட்டுச் சென்றுவிட்டார்கள்.' இப்போது அவர்கள் வெனிசூலாவை நோக்கி முன்னேறிக் கொண்டிருந்தார்கள். கிட்டத்தட்ட பயணத்தின் இறுதிக் கட்டத்தை நெருங்கிக்கொண்டிருந்தார்கள். '... சில பெசோக்கள் பற்றாக்குறையோடு வெனிசூலாவை நோக்கி கிளம்பிக்கொண்டிருக்கிறேன்... '

ஜூலை 2, 1952. கொலம்பியாவில் உள்ள போகோடா (Bogata) என்னும் பகுதியை வந்தடைந்தபோது தனது பயணங்கள் குறித்து எர்னஸ்டோ தன் அம்மாவுக்கு விரிவாக எழுதினார். இந்தப் பயணம் தனது கனவைப் பலப்படுத்தியிருக்கிறது என்று குறிப்பிடுகிறார் எர்னஸ்டோ. காட்டின் வளங்களும், இயற்கை அழகும் எர்னஸ்டோவை வசீகரித்திருந்தன என்றால் உதவி தேவைப்படும் மக்களின் நிலை அவரை மிகவும் பாதித்திருந்தது. 'வழி நெடுகிலும் மருத்துவம் செய்துகொண்டே பராகுவே நதியிலிருந்து அமேசான் நதிவரை நீர் வழியாக மேட்டோ ரிஸ்ஸோ பிரதேசத்தைக் கடக்க வேண்டும் என்று கனவு காணும்படி எங்களைத் தூண்டுபவை இவைதான்... என்றேனும் ஒருநாள் வீடு கட்ட வேண்டும் என்பதைப் போன்ற கனவு இது.'

கொலம்பியாவில் நிலவிய அரசியல் சூழலை எர்னஸ்டோ தனது கடிதத்தில் பதிவு செய்தார். 'நாங்கள் இதுவரை சென்ற எல்லா நாடுகளையும்விட இங்கேதான் தனிமனித சுதந்தரம் தீவிரமான ஒடுக்குமுறைக்கு உள்ளாகி இருக்கிறது. போலிசார் துப்பாக்கிகள் ஏந்தியபடி தெருக்களில் வலம் வருகிறார்கள். அடிக்கடி பயண ஆவணங்களைத் தலைகீழாகப் பிடித்துக்கொண்டு படிக்க முயல்கிறார்கள். பதற்றமான சூழல். புரட்சி வெடிக்கலாம். கிராமப்புறங்களில் கலகங்கள் நடைபெற்றுக்கொண்டிருக்கின்றன. அவற்றை அடக்குகின்ற வலிமை ராணுவத்துக்குக் கிடையாது. பழைமைவாதிகள் தங்களுக்குள் சண்டையிட்டுக்கொள்கிறார்கள். அவர்களிடம் ஒற்றுமை இல்லை... சுருங்கச் சொன்னால், மூச்சுத் திணறவைக்கும் சூழல் இது. கொலம்பியர்கள் இந்தச் சூழலைச் சகித்துக்கொள்ள விரும்பினால் அவர்களுக்கு வாழ்த்துகள்.'

சோஷலிசக் கனவுகள்

சிலியின் சுரங்கத் தொழிலாளர்கள், பழங்குடிகள், தொழுநோயாளிகள், ஏழைகள், ஆதரவற்றவர்கள் என்று மோட்டார் சைக்கிள் பயணம் நெடுகிலும் எர்னஸ்டோ சந்தித்த அடித்தட்டு மனிதர்கள் அவர் மனத்தில் குறிப்பிடத்தக்க அடிப்படை மாற்றத்தை ஏற்படுத்தினார்கள். அதேபோல், எர்னஸ்டோ பயணம் செய்த பகுதிகள் பெரும்பாலும் ஒரு சர்வாதிகாரியின் கட்டுப்பாட்டிலோ அல்லது ராணுவத்தின் கட்டுப்பாட்டிலோ இருந்ததையும் அவர் கவனிக்கத் தவறவில்லை. ஏழைமையும் சர்வாதிகாரமும் நோய்களும் புதியனவல்ல என்றபோதும் இவற்றை மொத்தமாக ஒரே தொகுப்பாக மீண்டும் மீண்டும் கண்டபோது எர்னஸ்டோ திணறிப் போனார்.

நான் சந்தித்தபோது எர்னஸ்டோ ஒரு மார்க்சிய வாதியாகவே தோற்றமளித்தார் என்று ஃபிடல் காஸ்ட்ரோ சொன்னதை இங்கே நினைவுபடுத்திக் கொள்ளலாம். சே குவேரா ஒரு கற்பனாவாதியா, சாகசவாதியா, மார்க்சியவாதியா என்னும் கேள்வி இன்றளவும் அறிவுஜீவிகள் மத்தியில் அவ்வப்போது எழுப்பப்படுவதைக் காணலாம். எர்னஸ்டோவை முதன்மையான மார்க்சிஸ்ட் என்று சிலரும், லெனின், மாவோ ஆகியோரோடு ஒப்பிடத் தக்கவர் என்று சிலரும் கருதுகிறார்கள்.

18

‘எர்னஸ்டோ சே குவேரா, லத்தின் அமெரிக்க மண்ணில் ஊன்றப்பட்ட வித்தியாசமானதோர் எதிர் காலத்தின் விதை. மக்கள் நம்பிக்கைகள் ஒன்று

திரண்ட வான மண்டலத்தின் நட்சத்திரம். வேதனைச் சாம்பலுக்குக் கீழ் கனன்று கொண்டிருக்கும் கரித்துண்டு... இந்த விதை கடந்த முப்பதாண்டு களில் லத்தின் அமெரிக்க இடதுசாரி அரசியல் பண்பாட்டில் வேரூன்றி இருக்கிறது. இலைவிட்டு, கிளை பரப்பி, கனிகளை வழங்குகிறது... கனவுகளும் கற்பனைக் கோட்பாடுகளும் புரட்சிகர நடவடிக்கைகளும் கொண்டு நெய்யப்பட்ட ஆடையில் இழையோடிக்கொண்டிருக்கிறது.' என்கிறார் பிரெஞ்சு - பிரேசிலின் சமூகவியல் அறிஞரும் மார்க்சிய வாதியுமான மைக்கேல் லொவி (Michael Lowy).

சே குறித்த சரியான மதிப்பீட்டைப் பெற பின்னாட்களில் அவர் கம்யூனிசம் குறித்துப் பேசியதையும் எழுதியதையும் தொகுத்துப் பார்ப்பது பொருத்த மாக இருக்கும். உதாரணத்துக்கு சே எழுப்பும் இந்த அடிப்படையான கேள்வியைப் பார்ப்போம். 'சுரண்டல், மனிதனை மனிதன் கடித்துக் குதறச் செய்யும் தனிமனிதத்துவம், போர் இனவாதம், பெண் ஒடுக்குமுறை, பொருளாதார சமூக நெருக்கடிகள் ஆகியவை நிறைந்த முதலாளித்துவத்தை ஒழித்துவிட்டு இந்தக் குரூரங்கள் அற்ற கம்யூனிச சமூகத்தை உலகில் நிறுவுவது எப்படி?'

அல்லது இதைக் காண்போம். 'மனிதகுலத்தின் இலக்கான கம்யூனிசம் உணர்வுபூர்வமாக வெல்லப்படுவது. எனவே பழைய சமூகத்தின் மிச்ச சொச்சங்களை நீக்கும் கல்வி அதற்கொரு மிக முக்கியமான காரணியாகும். இருந்தாலும் உற்பத்தியிலும் அதற்கு இணையான முன்னேற்றத்தை அடையாதவரை, கம்யூனிச சமூகம் சாத்தியமே இல்லை.' (திட்டமிடப் பட்ட நிதிமுறை குறித்த கட்டுரையில் 1964 பிப்ரவரி சே குவேரா எழுதியது).

சே குவேராவும் சோசலிச பொருளாதாரமும் என்னும் நூலில் ஜாக் பார்ன்ஸ், ஸ்டீவ் கிளார்க் (தமிழில் : அமரந்தா) இருவரும் சே குவேராவின் பொருளாதாரச் சிந்தனைகளையும் கம்யூனிச சித்தாந்தத்தையும் ஆய்வுக்கு உட்படுத்துகிறார்கள். 'கம்யூனிச தலைமை, புரட்சியின் வரலாற்று இலக்குக்குப் பொருத்தமான வழிமுறைகளை வளர்த்தெடுக்கவேண்டும். தனி மனிதர்களைச் சமூக மாற்றத்துக்கு உடன்போகச் செய்யவேண்டும். இந்த இலக்குகளை எட்ட உதவாத வழிமுறைகளை நம்பிச் செயல்பட்டால், எந்த முதலாளித்துவ சமூக உறவுகளையும் பிரிவுகளையும் போராடி ஒழிப்ப தற்காக புரட்சி நடைபெற்றதோ, அவை மறுஉற்பத்தி செய்யப்படும். இது சோசலிசத்தை நோக்கிய முன்னேற்றத்தைத் தடை செய்வதோடு நில்லாமல் திறமையின்மை, வீணடித்தல், ஊழல், வர்க்கப் பிரிவினையைக் கூர்மை யாக்கல், அரசியலற்ற போக்கு ஆகியவற்றை வளர்த்துவிடும். சே குவேரா வின் துல்லியமான கணிப்பு இது.'

1987 அக்டோபர் மாதம் ஃபிடல் காஸ்ட்ரோ பகிர்ந்துகொண்ட விஷயம் இது. 'வீங்கிப்போன முதலாளிகள் என நாங்கள் அழைக்கும் நபர்களுடன் கூட்டு சேர்ந்துகொண்டு ஒரு சில நிறுவனங்கள் முதலாளித்துவ முறைகளைப் பயன்படுத்தி, முதலாளித்துவவாதிகள்போல சிந்தித்துச் செயல்பட்டு,

நாட்டையும் மக்களையும் அதன் உயர்ந்த தரத்தையும் மறந்து போனதைப் பார்த்திருப்பாரானால் சே குவேரா விக்கித்துப் போயிருப்பார்.'

'சோசலித்தை நோக்கிய மாற்றத்தின் வேகம் குவேராவுக்கு முக்கியப் பிரச்னையாக இருக்கவில்லை. அதுபோல கம்யூனிச சமுதாயத்தின் மக்களுக்கே உரித்தான உணர்வு நிலை, கண்ணோட்டம், மதிப்பீடுகள் ஆகியவற்றைக் க்யூபாவோ மற்றெந்த தனியொரு தொழிலாளர் அரசோ துரிதமாக எட்டிவிடும் என்று அவர் ஒருபோதும் கூறவில்லை.' என்கிறார்கள் ஜாக் பார்ன்ஸ், ஸ்டீவ் கிளார்க் இருவரும்.

இதை வைத்துப் பார்க்கும்போது, சே கம்யூனிச சமூகம் குறித்து வெறுமனே கனவு மட்டும் காணவில்லை, அதிலுள்ள சாத்தியங்களையும் சவால்களையும் அறிந்தே இருந்தார் என்று புரிந்துகொள்ளமுடிகிறது. மேற்குறிப்பிட்ட நூலிலேயே ஓரிடத்தில் சே இவ்வாறு எழுதுவதாக வருகிறது. 'முதலாளித்துவ வகைமாதிரிகள் குறிப்பிட்ட காலம்வரை நடைமுறையிலிருக்கும். அதற்கான கால வரையறையை முன்கூட்டியே அறிய இயலாது. ஆனால் மாற்றம் நிகழும் காலகட்டம் ஒரு சமூகம் வேகமாக புதிய நிலையை அடைவதற்காக தனது பழைய தளைகளைக் களைந்தெறியும் முனைப்புகள் நிறைந்த காலகட்டமாக இருக்கும். எனவே, அந்தச் சமூகத்தின் முனைப்பு சந்தை, பணப் பரிமாற்றம் உள்ளிட்ட பழைய வகைமாதிரிகளை அதிவிரைவாக நீக்குவதாகத்தான் இருக்கவேண்டும். இன்னும் தெளிவாகச் சொல்வதென்றால், பொருளியல் நாட்டங்களுக்கான நெம்புகோலையே இல்லாதொழித்துவிட வேண்டும்.'

தெளிவான திட நம்பிக்கை கொண்ட ஒழுக்கமான அரசியல் தலைமையின் கீழ் உழைக்கும் வர்க்கம் மாபெரும் வரலாற்றுச் சாதனைகளை நிகழ்த்தும் திறன் கொண்டது என்று சே நம்பினார். 'உழைப்பாளர்களின் உற்பத்தித் திறனை முன்னகர்த்த முடியும். உழைப்பில் ஈடுபடுவது தனிநபர் வாழ்வுக்கும் லாபத்துக்குமான வழிமுறை என்பதைவிட அது ஒரு சமூகப் பொறுப்பு என்ற கண்ணோட்டம் அதிகப் பயனளிக்கும். வேலைக்கும் பதவி உயர்வுக்குமான போட்டியைக் குறைத்து, உழைக்கும் வர்க்கத்தில் கூட்டுறவையும் ஒருமைப்பாட்டையும் பலப்படுத்த முடியும். சமூக நலனுக்கான பொதுப் பணிகளில் கூட்டாக உழைக்கும் திறனை அதிகரிக்க முடியும். உரிமைகளுக்கு உத்தரவாதமளிக்கும் செயல்பாடுகளால் முதலாளித்துவத்தின் இரட்டை ஒடுக்குமுறைக்கும் மும்முனை ஒடுக்குமுறைக்கும் விருப்பு வெறுப்புகளுக்கும் ஆட்பட்ட உழைப்பாளர்களை தகுந்த முறையில் பயிற்றுவித்து, கல்வி கற்பித்து தன்னம்பிக்கையை வளர்த்து, புரட்சியின் அனைத்து நடவடிக்கைகளிலும் தலைமையேற்கச் செய்யமுடியும். குறுகிய தேசியவாத, குடும்ப நோக்கங்களைக் கடந்து சர்வதேச ஒருமைப்பாடு வேர்பிடிக்க முடியும்.'

ஆகஸ்ட் 1962ல் தொழிற்சாலைப் பணியாளர்களின் கூட்டம் ஒன்றில் உரையாடும்போது சே குவேரா விடுத்த அறைகூவல் இது. 'சோஷலிசத்தைக்

கட்டி எழுப்புவது மக்கள் திரளின் உழைப்பை அடிப்படையாகக் கொண்டது. மக்கள் தம்மை ஒழுங்கமைத்துக்கொண்டு தொழில், விவசாயம், நாட்டின் பொருளாதாரம் ஆகியவற்றைத் திறம்பட வழிநடத்தும் திறமையை அடிப்படையாகக் கொண்டது. நாளுக்கு நாள் தமது அறிவை வளர்த்துக்கொள்ளும் மக்களின் திறமையை, அதாவது புரட்சியின் கடமைகளை நிறைவேற்ற உழைப்பதற்காக எங்களுடன் இங்கேயே கூட இருந்து உழைக்கும் தொழிலாளர்களின் தோழர்களின் திறமையை அடிப் படையாகக் கொண்டது. நமது மக்கள் அனைவருக்குமாக கூடுதலாக உற்பத்தி செய்யும் திறமையை, எதிர்வரும் காலத்தை முன்னுணரும் திறமையை அடிப்படையாகக் கொண்டது. எதிர்வரும் காலமென்றால், ஒரு தனிமனித வாழ்வில் எதிர்வரும் காலமல்ல. வரலாற்றில் எதிர்வரும் காலம். அந்த எதிர்காலத்தை நோக்கிய பாதையில் உற்சாகத்துடன் முன்னேறுவதை அடிப்படையாகக் கொண்டது.'

'சே மனிதர்களை நம்பியவர்' என்கிறார் காஸ்ட்ரோ. அக்டோபர் 1987 ஆற்றிய உரையொன்றில் காஸ்ட்ரோ இவ்வாறு குறிப்பிடுகிறார். 'சே யதார்த்த வாதியாக இருந்ததால் பொருள்வகை ஊக்குவிப்பை மறுதலிக்கவில்லை. சோஷலிசத்தைக் கட்டி எழுப்புகின்ற மாற்றத்துக்கான காலகட்டத்தில் அவை அத்தியாவசியமென்று அவர் கருதினார். ஆனால் உணர்வு நிலைக்கும், ஒழுக்க நெறிக்கும் சே மிக அதிகமான முக்கியத்துவம் அளித்தார்... சேவுக்கு மனிதன்மீது நம்பிக்கை இருந்தது. மனிதனை நாம் நம்பாவிட்டால் ஒரு போதும் புரட்சிக்காரனாக முடியாது. மனிதன் ஒரு திருத்தமுடியாத மிருகம் என்ற முடிவோடு உடன்பட்டால், அவர் யாராக இருந்தாலும் சோஷலிச வாதியாக ஆக முடியாது. இதனை திடமாக நம்புகிற யாரும் கம்யூனிஸ்ட் ஆக முடியாது.'

எர்னஸ்டோ மனிதர்களைப் புரிந்துகொண்டதற்கும் நம்பியதற்கும் மோட்டார் சைக்கிள் பயணம் வழி வகுத்துக்கொடுத்தது என்பது மறுக்க முடியாத உண்மை.

கையசைப்பு

நீண்ட நெடிய கேள்விகளும் விசாரணைகளும் ஆவணங்கள் பரிசீலனைகளும் முடிந்தபிறகு ஜூலை 14 என்று முத்திரை குத்தி எர்னஸ்டோ வையும் ஆல்பர்ட்டோவையும் அதிகாரிகள் அனுப்பிவைத்தார்கள். கொலம்பியா, வெனிசூலா இரு நாடுகளுக்கும் எல்லையாகத் திகழ்ந்த பாலத்தின் வழியாக இருவரும் நடக்கத் தொடங்கினார்கள். சிடுசிடுப்பிலும் கடுமையிலும் கொலம்பிய அதிகாரிகளுக்கும் வெனிசூலா அதிகாரிகளுக்கும் அதிக வித்தியாசம் இருக்கவில்லை.

மேற்கொண்டு முன்னேறுவதற்கு அனுமதி கிடைக்கும்வரை சான் அன்டோனியா டி டாச்சிரா என்னும் பகுதியில் இருவரும் காத்திருந்தார்கள். இங்கு அனுமதி என்பது அரசாங்க அனுமதி அல்ல. அதிகாரம் கையிலிருப்பதால் சம்பந்தப்பட்ட அதிகாரிகளே அனுமதி வழங்கவும் மறுக்கவும் உரிமை பெற்றிருந்தார்கள். அவர்கள் சந்தேகிக்கும் நபர்களை அவர்களால் திருப்பியனுப்பமுடியும். சுங்கச்சாவடியில் பைகள் சோதனை செய்யப்பட்டன. எர்னஸ்டோ தனது ரிவால்வரை அழுக்கு மூட்டையில் வைத்திருந்ததால் அதிகாரிகள் அதைத் தீண்டவேயில்லை. ஆனால் மிகவும் சிரமப்பட்டு எர்னஸ்டோ பாதுகாத்த கத்தி சிக்கிக்கொண்டது.

வெனிசூலாவின் தலைநகரம் காரகாஸை அவர்கள் அடைந்தாகவேண்டும். தான் செல்லவிருந்த பகுதி குறித்து ஓரளவுக்கு அடிப்படையான தகவல்களையாவது தெரிந்துகொள்ளவேண்டும் என்பதில்

19

எர்னஸ்டோ ஆர்வமாக இருந்தார். அவ்வாறே அருகிலிருந்த நூலகத்துக்குச் சென்று வெனிசூலா குறித்துப் படிக்க ஆரம்பித்தார். இந்த முறையும் ஆஸ்துமா மீண்டும் தலைதூக்கியதோடு அதிகப்படியான சிரமத்தையும் அளிக்க ஆரம்பித்திருந்தது. பேருந்தில் மூன்று நாள் பயணமா அல்லது சிறிய ஊர்தியில் இரு நாள்களா என்னும் கேள்வி வந்தபோது பேருந்தை நிரா கரித்தார் எர்னஸ்டோ. ஆஸ்துமாவை உடனடியாகக் கட்டுப்படுத்த வேண்டியிருந்தது.

கையிருப்பு குறைவாக இருந்ததால், அடிக்கடி சாப்பிடவேண்டாம் என்று முடிவு செய்தார் எர்னஸ்டோ. ஒரு நிறுத்தத்தில், அனைவரும் வண்டியி லிருந்து இறங்க எர்னஸ்டோவும் ஆல்பர்ட்டோவும் மட்டும் வண்டியில் மூட்டைகளோடு அமர்ந்திருப்பதைக் கண்டு மனம் இறங்கிய ஓட்டுநர் இருவரையும் வரவேற்று தன் செலவில் நல்ல உணவு வாங்கிக்கொடுத்தார். தன்னிடம் இருந்த கடைசி மாத்திரைகளையும் விழுங்கிவிட்டு மூச்சு விடச் சிரமப்பட்டுக்கொண்டு எப்போது காரகாஸ் வரும் என்று காத்திருந்தார் எர்னஸ்டோ.

பொழுது புலரத் தொடங்கியபோது காரகாஸ் வந்து சேர்ந்தார்கள். களைப்பின் உச்சத்தில் இருந்தார் எர்னஸ்டோ. 'அரை பொலிவார் கட்டணம் செலுத்தி வாடகைக்கு எடுத்த அறையிலிருந்த படுக்கையில் விழுந்தேன். ஆல்பர்ட்டோ எனக்குப் போட்ட அட்ரினலின் ஊசியின் துணையுடன் ஒரு பிணத்தைப்போல் தூங்கினேன்.'

காரகாஸில் எர்னஸ்டோவும் ஆல்பர்ட்டோவும் பிரிய வேண்டியிருந்தது. எர்னஸ்டோ தன் மாமாவின் கார்கோ விமானத்தைப் பயன்படுத்தி மியா மிக்குச் செல்ல விரும்பினார். அங்கிருந்து பியூனஸ் அயர்ஸ். ஆல்பர்ட்டோ காராகஸில் சிறிது காலம் தங்கியிருந்து, அருகிலுள்ள தொழுநோய் மருத்துவ மனையில் பணியாற்ற விரும்பினார்.

பயணம் என்பது புதியனவற்றைக் கண்டுகொள்வது மட்டுமல்ல பயணம் என்பது விடைபெறுவது, விடைகொடுப்பது. மோட்டார் சைக்கிள் பயணம் தொடங்குவதற்கு முன்பு தன் காதலியிடம் இருந்தும் பயணத்தின்போது தனது மோட்டார் சைக்கிளிடம் இருந்தும் இறுதிக்கட்டத்தில் தன் நண்பனிடம் இருந்தும் எர்னஸ்டோ பிரியவேண்டியிருந்தது. 'ஆல்பர்ட்டோ என்னுடன் இல்லாதது மிகுந்த வேதனையைத் தந்தது. ஒரு கற்பனையான தாக்குதலில் என் இடுப்பு ஒடிந்துபோனது போன்ற உணர்வு ஏற்பட்டது. அவனிடம் ஏதேனும் சொல்வதற்காக அடிக்கடி திரும்பினேன். அவன் அங்கே இல்லாததை பிறகுதான் என்னால் உணரமுடிந்தது... நாங்கள் இருவரும் இரண்டறக் கலந்திருந்து, ஒரே மாதிரியான நிலைமைகளில் ஒரே மாதிரியாகக் கனவு கண்டு வந்த பழக்கம் எங்களை மேலும் நெருக்கமான வர்களாக ஆக்கியிருந்தது.'

முடிவுக்கு வராமல் தொடர்ந்து நீண்டுகொண்டே செல்லும் ஏதாவதொரு அம்சம் வாழ்வில் உண்டா? வீட்டுக்குப் போயாகவேண்டும். படிப்பைத்

தொடரவேண்டும். பட்டம் பெற்று, மருத்துவத் தொழிலை மேற்கொள்ள வேண்டும். சேகரித்த அனுபவங்களின் துணைகொண்டு தொழுநோய் மருத்துவத்தில் சாதனை படைக்கவேண்டும். 'எனினும் விடைபெறுவது என்ற எண்ணமே எனக்கு மகிழ்ச்சி தரவில்லை.'

காரகாஸ் மலைகளின்மீது ஏறி சிறிது நேரம் நடந்தார் எர்னஸ்டோ. நினைவுகளை உதறித் தள்ளிவிட்டு தெளிவாக எதிர்காலம் குறித்து சிந்திக்க முயற்சி செய்தார். மலைகளில் கல் வீடுகளைக் காணமுடியவில்லை. திரும்பும் திசையெங்கும் குடிசைகளே நிறைந்திருந்தன. ஒரு குடிசைக்குள் நுழைந்து பார்த்தார். ஏழைமையின் பிடியில் சிக்கியிருந்த ஒரு குடும்பம் அங்கே வசித்துக்கொண்டிருந்தது. உங்களைப் புகைப்படம் எடுத்துக் கொள்ளலாமா என்று எர்னஸ்டோ கேட்டபோது அவர்கள் மறுத்து விட்டார்கள். படம் எடுத்ததும் எங்களுக்கு அதை முதலில் கொடுப்பதாக இருந்தால் சம்மதிக்கிறோம் என்றார்கள். அது சாத்தியமில்லை, கழுவிய பிறகே படம் கிடைக்கும் என்று எர்னஸ்டோ சொன்னதை அவர்கள் ஏற்க வில்லை. மறைந்திருந்து ஒரு குழந்தையைப் படமெடுக்க முயன்றார் எர்ன ஸ்டோ. அந்தக் குழந்தை பயத்துடன் தடுமாறிவிழுந்துவிட, கண்டபடி திட்டியபடி அவர்கள் எர்னஸ்டோவைத் துரத்தத் தொடங்கினார்கள்.

கிரானடோவிடம் இருந்தும் வெனிசூலாவிடம் இருந்தும் விடைபெற்றுக் கொண்டு எர்னஸ்டோ ஒரு சரக்கு விமானத்தில் ஜூலை 27, 1952 அன்று மியாமி சென்று சேர்ந்தார். ஒருநாள் அங்கிருந்துவிட்டு, திரும்பவும் காரகாஸ் சென்று, பிறகு அங்கிருந்து அர்ஜெண்டினா வந்து சேர்வதுதான் அந்த விமானத்தின் பயணத்திட்டம். ஆனால் விமானத்தின் எஞ்சின் ஒன்று பழுதடைந்துவிட்டது கண்டுபிடிக்கப்பட்டதால் சரிசெய்யப்படும்வரை மியாமியில் இருந்து விமானம் கிளம்பவில்லை.

முடிவடையவிருந்த பயணத்தின் திடீர் நீட்சி என்று கொள்ளலாம்தான். ஆனால் எர்னஸ்டோவிடம் இருந்தது ஒரு டாலர் மட்டுமே. ஒரு சிறிய விடுதிக்குச் சென்று, ஊருக்குச் சென்றதும் பணம் அனுப்புகிறேன் என்று மன்றாடி ஓர் அறையைப் பிடித்துக்கொண்டார். மற்ற விஷயங்களை வீடு திரும்பியதும் தன் தந்தை எர்னஸ்டோ குவேரா லிஞ்சிடம் பகிர்ந்து கொண்டார். இனி வருபவை எர்னஸ்டோ சீனியரின் குறிப்புகள்.

'பணம் எதுவும் இல்லாமல் எப்படி நாள்களைக் கழித்தான் என்று வீடு திரும்பியதுமே அவன் எங்களிடம் கூறினான்... ஏறத்தாழ ஒவ்வொரு நாளும் அவன் நகரத்தின் மையத்திலிருந்த தனது விடுதியில் இருந்து சுற்றுலாத் தலமான கடற்கரைக்கு நடந்து சென்றான். அவன் அந்த வழியாகச் சென்ற வாகனங்களில் அரிதாகவே ஏற்றிக்கொள்ளப்பட்டான். இரண்டுக்கும் இடைப்பட்ட தூரம் பதினைந்து கிலோ மீட்டர் என்பதாக எனக்கு நினைவு. ஆனால் அவன் தன்னால் இயன்ற அளவுக்கு மகிழ்ச்சியாக இருந்தான். அமெரிக்காவை, அதன் ஒரு சிறு பகுதியைத்தான் என்றபோதும், அறிந்து கொள்ள முயன்றான்.' எர்னஸ்டோவின் பயணங்களுக்கு உந்து சக்தி இந்த

இரு அம்சங்கள்தாம். இயன்றவரை மகிழ்ச்சியாக இருப்பது. புதிய சூழலை முடிந்தவரை தெரிந்துகொள்ள முயன்றது.

எர்னஸ்டோவின் பயணத்தில் கடைசி கட்டம்வரை சிக்கல்கள் தொடர்ந்து கொண்டே இருந்தன. ஒரு மாத காலத்தை மியாமியில் கழித்துவிட்டு, எஞ்சின் பழுது பார்க்கப்பட்ட பிறகு விமானத்தில் ஏறி, அது பறக்கவும் தொடங்கிவிட்டது. உறக்கத்தில் இருந்த எர்னஸ்டோவை ஒரு சிறுவன் அவசரமாக எழுப்பினான். ஆபத்து, சக்கரங்கள் வெளியில் வர முடியாதபடி விமானத்தின் அடிப்பகுதி செயலிழந்துவிட்டது, எழுந்திருங்கள்! எர்ன ஸ்டோ அதை ஒரு வேடிக்கையாக நினைத்து, மீண்டும் தூங்கப்போய் விட்டார். பயணிகள் என்று பார்த்தால் பைலட் போக, எர்னஸ்டோவும் அந்த சிறுவனும்தான் (அவன் குதிரை லாயத்தைச் சேர்ந்தவன்) விமானத்தில் இருந்தனர். மற்றபடி பழக்கூடைகள் கொண்ட பெட்டிகளே அதிகம் நிறைந்திருந்தன.

விழிப்பு வந்து ஜன்னல் வழியாகப் பார்த்தபோது லாரிகளும் கார்களும் தீயணைப்பு வண்டிகளும் விமானத்தைச் சுற்றி நின்றுகொண்டிருப்பதை எர்னஸ்டோ பார்த்தார். விமானத்தின் அடிப்பகுதி மெய்யாகவே செயலிழந் திருந்தது. ஆனால் எப்படியோ ஆபத்து எதுவுமின்றி விமானம் தரையிறக்கப் பட்டது.

பெரிய இடைவெளிக்குப் பிறகு தன் மகனைக் கண்ட அந்தத் தருணத்தை எர்னஸ்டோ சீனியரின் வார்த்தைகளில் பார்ப்போம்.

'மியாமியிலிருந்து வரும் சரக்கு விமானம் ஒன்றில் எர்னஸ்டோ மாலையில் வரப்போவதாக ஒருநாள் காலையில் பியூனஸ் அயர்ஸிலிருந்து எங்களுக்கு கடிதம் வந்தது. எட்டு மாதங்களாக, தென் அமெரிக்காவின் பெரும்பாலான பகுதிகளுக்குச் சென்று பயணம் முடிந்து கடைசியில் அவன் வீடு திரும்பு கிறான்.

எஸேய்ஸா விமான நிலையத்தில் அவனை வரவேற்பதற்காகக் குடும் பத்தினர் அனைவரும் சென்றோம். அன்று பிற்பகலில் மழை வரும்போல் இருந்தது. மேகமூட்டம் அதிகமாக இருந்ததால் வெளிச்சமே இல்லை. சரக்கு விமானம் பிற்பகல் இரண்டு மணிக்கு வருவதாக இருந்தது. நாங்கள் இரண்டு மணி நேரம் முன்னதாகவே சென்று காத்திருந்தோம். விமானம் வந்து சேராத தால் நாங்கள் எல்லோரும் பதற்றமடைந்தோம். கட்டுப்பாட்டு அறைக்கும் தகவல் ஏதும் வரவில்லை. சரக்கு விமானங்கள் எப்போதும் குறித்த நேரத்துக்கு வருவது கிடையாது என்றும், அவற்றை யாரும் எதிர்பார்க்காத போது தான் ஓடுபாதையில் அவை இறங்குவது வழக்கம் என்றும் கூறி, அவர்கள் எங்களைச் சமாதானப்படுத்தினார்கள்.

அன்றும் அதுதான் நடந்தது. அந்த டக்ளஸ் விமானம் திடீரென்று தோன் றியது. மேகங்களினூடாகத் தாழ்வாகப் பறந்தது. விமானநிலையத்தை வட்ட மிட்டுவிட்டு எந்தப் பிரச்னையும் இல்லாமல் தரையிறங்கியது. சில கணங்களுக்குப் பின்னர், மழைத் துளியில் நனைந்து விடாதவாறு மழைக்

கோட்டு அணிந்தபடி, எர்னஸ்டோ விமானத்திலிருந்து வெளியில் வந்து, ஓடுபாதையின் எல்லையை நோக்கி ஓடிவந்தான். நான் மேல்தளத்தில் நின்றுகொண்டிருந்தேன். என் கைகளை வாயருகில் குவித்து, என்னால் முடிந்த அளவுக்கு உரக்கக் கத்தினேன். அந்த சப்தம் அவனுக்குக் கேட்டது. ஆனால் அது எங்கிருந்து வருகிறது என்று அவனுக்குத் தெரியவில்லை. பிறகு மேல்தளத்தில் நாங்கள் நின்றுகொண்டிருப்பதை அவன் கண்டுகொண்டான். எங்களைப் பார்த்து கையசைத்தபோது புன்னகையுடன் காட்சியளித்த அவனுடைய முகம் இன்னும் எனக்கு நினைவிருக்கிறது. அது 1952ம் ஆண்டு செப்டெம்பர் மாதம்.

ஓர் உரையாடல்

20

‘மலையின்மீது அமைந்திருந்தது அந்தச் சிறிய நகரம். வானம் நட்சத்திரங்களின் வெளிச்சச் சிதறல் களால் நிறைந்திருந்தது. அமைதியும் குளிரும் உணர முடியாத, ஆனால் எங்கும் பரவியிருந்த இருளும் அந்த வெளியை நிறைத்துக்கொண்டிருந்தன. இந்த நிலையை எப்படி விவரிப்பதென்றே எனக்குத் தெரியவில்லை. இந்த விநோதமான காலச்சூழலில், பொருள்கள் அனைத்தும் மறைந்துவிட்டதைப் போலவும் நமது ஆளுமையும் அதன் தனித் தன்மையும் இருளில் மூழ்கிவிட்டது போலவும் உணர்ந்தேன். அளவற்ற இருளே எங்கும் நிறைந் திருந்தது. காலத்தை நினைவூட்டக்கூடிய எந்தவொரு விஷயமும் அங்கே இல்லை. என்னிடமிருந்து சில மீட்டர் துரத்தில் மங்கலாக எரிந்துகொண்டிருந்த விளக்கின் ஒளி மட்டும்தான் சூழ்ந்திருந்த இருளைப் போக்கமுயன்றது.’

இது எந்த நகரம், எப்போது ஏற்பட்ட உணர்வு என்பது தெரியவில்லை. எர்னஸ்டோ வீடு திரும்பிய பிறகு நினைவில் இருந்து இது எழுதப்பட்டிருக்க வேண்டும். இந்த ரம்மியமான இடத்தில் மலையின் மீது எர்னஸ்டோ தனியாக இல்லை. நிழலில் முகம் தொலைத்த ஒரு மனிதர் உடன் இருந்தார். அவரு டைய முன்னம் பற்கள் வெண்மையாகக் காட்சி யளித்தன. அவர் சொல்ல வந்த செய்தியைக் கேட்கத் தயாரானார் எர்னஸ்டோ. அநேகமாக அவருடைய ஆளுமை எர்னஸ்டோவை வசீகரித்திருக்க வேண்டும். அல்லது, வசியப்படுத்தியிருக்க வேண்டும்.

அவரைப் பற்றி எர்னஸ்டோ அளிக்கும் சிறு குறிப்பு இது. பெயர் இல்லை. ஆர்வமூட்டும் மனிதராக அவர் இருந்தார். ஏதோவொரு ஐரோப்பிய நாட்டில் தன் இளமைக் காலத்தை அவர் கழித்திருந்தார். 'வறட்டுத்தனமான கோட்பாடு என்னும் கத்தியில் இருந்து தப்பித்து வெளியேறியவர் அவர்.' எர்னஸ் டோவைப் போலவே அவரும் ஒரு பயணி. பல நாடுகளில், பல இடங்களில் சுற்றியலைந்திருக்கிறார்.

திடீரென்று அவர் பேசத் தொடங்கினார். 'எதிர்காலம் மக்களுடையதே!' இருவரும் பிரிந்து செல்லவேண்டிய தருணத்தில் சொன்னார் அவர். 'இங்கு மட்டுமல்ல, உலகம் முழுவதிலும் என்றேனும் ஒருநாள் மக்கள் அதிகாரத்தைக் கைப்பற்றுவார்கள். மக்கள் கல்வியறிவு பெறவேண்டும். ஆனால் அதிகா ரத்தைக் கைப்பற்றுவதற்கு முன்பு இது சாத்தியமில்லை. அதிகாரம் கைக்குக் கிடைத்தால்தான் கல்வியறிவை அவர்களால் பெறமுடியும். அப்போதுதான் அவர்களால் தங்கள் தவறுகளில் இருந்து கற்றுக்கொள்ளமுடியும். சில சமயங்களில் இந்தத் தவறுகள் மிக மோசமானவையாக இருப்பதுடன், ஏராளமான அப்பாவிகள் உயிரிழப்பதற்குக் காரணமாகவும் அமைந்து விடுகின்றன.'

அவர் தொடர்ந்தார். 'புரட்சி என்பது தனிமனிதர்களுக்கு அப்பாற்பட்டது. அது பலி கொள்கிறது. அவர்களுக்கு அடுத்த தலைமுறைகளைச் சேர்ந்த இளைஞர் களைக் கட்டுப்படுத்துவதற்கான உதாரணமாகவும் கருவியாகவும், பலி கொள்ளப்பட்டவர்களின் நினைவுகளைப் பயன்படுத்திக்கொள்கிறது.' எர்னஸ்டோவைப் பார்த்தபடி அவர் கூறினார். 'நீங்கள் அழித்தொழிக் கப்படவேண்டிய சமூகத்தின் அதிகாரபூர்வமான உறுப்பினர். உங்கள் பேச்சிலும் செயலிலும் வெளிப்படுவது மந்தை மனப்பான்மை. என்னைப் போலத்தான் நீங்களும். ஆனால் உங்களைப் பலிகொடுக்கும் சமூகத்துக்கு உங்கள் பங்களிப்பு எந்த அளவுக்குப் பயன்மிக்கது என்பதை நீங்கள் உணர் வதில்லை.'

அந்த மர்ம மனிதர் குறித்து டைரிக் குறிப்புகளில் வேறு எந்தத் தகவலும் இல்லை. இந்தச் சந்திப்பு முடிந்ததும், அந்த நபர் விடைபெற்றுக்கொண்டார். எர்னஸ்டோ எழுதுகிறார். 'மறைந்துபோயிருந்த இருள் மீண்டும் படர்ந்தது. அவர் உச்சரித்த வார்த்தைகள் என்னைத் தீண்டின. என்னை நெருக்கவும் செய்தன... இப்போது நான் அறிவேன்... மாபெரும் ஆன்மா ஒன்று மனித குலத்தை ஒன்றுக்கொன்று பகைமையான இரண்டு பகுதிகளாகப் பிளந்தால், நான் மக்களோடுதான் இருப்பேன். அது இந்த இரவில் ஒரு விதியாக எழுதப்பட்டுவிட்டது.'

வேறு யாரேனும் இதை எழுதியிருந்தால், விவரிக்கமுடியாத ஆன்மிக அனுபவம் என்று இதை வகைப்படுத்தியிருப்பார்கள். வரலாற்றை முன்னறி விக்கும் விதமாக தீர்க்கதரிசனத்துடன் எழுதப்பட்ட குறிப்பு என்றும் அதிசயித் திருப்பார்கள். எர்னஸ்டோ ஒரு பகுத்தறிவாளர் என்பதால் இப்படிப்பட்ட சுவாரஸ்யமான யூகங்களுக்கு இங்கு இடமில்லை.

பயணத்தின் முடிவில் எர்னஸ்டோவுக்குக் கிடைத்த அனுபவப் பாடமாக இதை நாம் எடுத்துக்கொள்ளலாம். எர்னஸ்டோவைப் பொருத்தவரை அவர் வாழ்வு தொடர் பயணங்களால் நிரம்பியது. பயணங்கள் தொடர்ந்து அவரை விசாலப்படுத்திக் கொண்டே இருந்தன. மேலும் மேலும் மக்களிடம் அவர் சென்று சேர்ந்துகொண்டே இருந்தார். எர்னஸ்டோ எழுதியதைப்போலவே அவர் கண்முன்னால் மனித குலம் இரண்டாகப் பிளக்கப்பட்டது. எந்தப் பக்கம் சாய்வது என்னும் பேச்சுக்கே இடமில்லாத வகையில் எர்னஸ்டோ மக்களிடம்தான் சேர்ந்தார்.

இந்த முடிவை இருள் படர்ந்த ஓரிடத்தில், தன்னந்தனியாக எர்னஸ்டோ எடுத்திருந்தார். மக்களுடன் இணைதல் என்னும் முடிவை எடுத்த அதே சமயம், மக்களுக்கு எதிரானவர்களை தன்னுடைய எதிரியாக தரித்துக்கொண்டார். அவர்களுக்கு எதிரான யுத்தத்துக்கும் அவர் தயாரானார். ‘நான் பதுங்கு குழிகளைக் கடந்து செல்வேன். என் முன்னே வரும் எதிரியை வெறியுடன் தாக்கிக் கொல்வேன். என் ஆயுதத்தில் ரத்தக்கறை படியும். இவை எல்லாவற்றுக்கும் பிறகு எனது கிளர்ச்சியடைந்த மனநிலையை ஒரு மிகப் பெரிய சோர்வு சூழ்ந்துவிடும். நான் என் குற்றத்தை ஒப்புக்கொள்வதையும், தனிநபர்களை வேரறுக்கும் ஒரு புரட்சியால் நான் பலியாக்கப்படுவதையும் என்னால் பார்க்க முடிகிறது. வெடிமருந்தின் நெடியையும், ரத்தத்தின் வாடையையும், எதிரியின் மரணத்தின் வாசனையையும் எனது விரிந்த நாசித் துவாரங்கள் வழியாக என்னால் உணர முடிகிறது. நான் கவசமணிந்து யுத்தத்துக்குத் தயாராகிறேன். புதிய ஆற்றலோடும் புதிய நம்பிக்கையோடும் வெற்றி பெறத் துடிக்கும் பாட்டாளி வர்க்கத்தின் எக்காள ஓசை கேட்கும் புனித பூமியின் பகுதியாக என்னை மாற்றிக்கொள்வேன்.’

பதிவுகள்

21

'நான் முதல் முதலில் டைப் செய்யப்பட்ட காகிதச் சுருள்களில்தான் மோட்டார் சைக்கிள் டைரியைப் படித்தேன். வாசித்துக்கொண்டிருந்த போதே தெரிந்துவிட்டது. இதை எழுதியவர் எனக்குப் பரிச்சயமானவர். இந்த எழுத்தாளரை எனக்குத் தெரியும். என் அப்பா! சில சமயம் நான் அப்பாவின் சிநேகிதரை இடம் மாற்றிவிட்டு அவர் இடத்தில் நான் அமர்ந்துகொள்வேன். அப்பாவுடன் நான் மோட்டார் சைக்கிள் பயணம் செல்வேன். அவர் கண்ட காட்சிகளை நான் காண்பேன். அவருடைய வர்ணனைகளை ரசிப்பேன். இந்தப் புத்தகத்தை வாசிக்கும்போது அவர் எவ்வளவு நேர்மையாகத் தன்னை வெளிப் படுத்திக்கொண்டிருக்கிறார் என்பது புரிந்தது. இளைஞராக இருந்த அப்பாவை அதிமாக நேசிக்கத் தொடங்கினேன்.'

மோட்டார் சைக்கிள் டைரியை முதலில் படித்த போது தனக்கு ஏற்பட்ட அனுபவங்களை எர்னஸ் டோவின் மகள் அலெய்டா குவேரா இவ்வாறு பதிவு செய்துள்ளார். தனது குறிப்புகள் அச்சாகவேண்டும் என்று எர்னஸ்டோ விரும்பவில்லை. மோட்டார் சைக்கிள் டைரியை அவர் மற்றவர்களுக்காக அல்ல, தனக்காகவே எழுதினார். மறந்துவிடக்கூடாது என்பதற்காகவும். நினைவுகளை மீண்டும் அசைபோட வேண்டும் என்பதற்காகவும். அடுத்த பயணத்துக்கு உதவும் என்பதற்காகவும். அல்லது வெறுமனே எழுதிப் பார்ப்பதில் உள்ள சுகத்துக்காகவும்தான் அவர் எழுதினார்.

எர்னஸ்டோவின் விருப்பத்துக்கு மாறாக மோட்டார் சைக்கிள் டைரி நமக்கு வாசிக்கக் கிடைத்ததற்குக் காரணம் அலெய்டா. '1980கள் தொடங்கி நாங்கள் சேவின் எழுத்துகளை எடுத்து வைத்துக் கொண்டு பகுப்பாய்வு செய்துகொண்டிருந்தோம். அச்சேறாத பதிவுகள் பல அவற்றில் இருந்தன. இவையனைத்தையும் சேவின் தனிப்பட்ட ஆவணப் பாதுகாப்பகத்தில் சேமித்து வைக்க விரும்பினோம். எங்கள் அம்மா மிகக் கவனமாகவும் பொறுமையுடனும் அவற்றைப் பாதுகாத்து வந்தார். பதிப்பாகாத பிரதிகளை எடிட் செய்யவேண்டியிருந்தது. மிகக் கவனமாக இதைச் செய்தோம். அவர் எழுதிய எதையும் விட்டுவிடக்கூடாது. அதே சமயம், நாங்கள் இணைத்துக்கொள்ளும் பகுதிகளை அவர் அனுமதித்திருப்பார் என்று நிச்சயமாகச் சொல்லவும் முடியாது. எனவே எதையும் மாற்றாமல் எதுவும் விடுபடாமல் கவனமாக எடிட் செய்தோம்.'

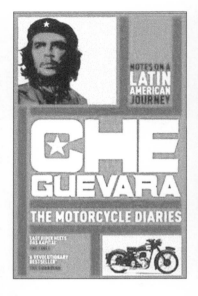

மோட்டார் சைக்கிள் இப்படித்தான் திருத்தப்பட்டது. 1993ல் ஒரு க்யூபப் பதிப்பகம் இதனை வெளியிட முன்வந்தது. சே எழுதிய நூல்களில் தனக்குப் பிடித்தமானது மோட்டார் சைக்கிள் டைரி என்கிறார் அலெய்டா. காரணம் 'இன்றைய இளைஞர்களுக்குப் பக்கத்தில் சேவைக் கொண்டு வந்து நிறுத்தும் நூல் இது. இது மிக முக்கியமானது என்று நினைக்கிறேன். தங்களைச் சுற்றி நடப்பதைக் குறித்து இன்றைய இளைஞர்கள் விழிப்புணர்வுடன் இருந்தால் மாற்றம் சாத்தியமே என்பதை சே மூலம் நாம் அறிந்துகொள்ளலாம்.'

ஐம்பதுகள் மற்றும் அறுபதுகளில் லத்தீன் அமெரிக்கா எப்படி இருந்தது என்பதை சேவின் எழுத்துகள் வாயிலாக நாம் கண்டுகொள்ளலாம் என்கிறார் அலெய்டா. அன்று சே குவேராவைப் பாதித்த விஷயங்கள் அனைத்தும் இன்றும் லத்தீன் அமெரிக்காவிலும் உலகின் பிற பகுதிகளிலும் நீடிக்கின்றன. இந்த நிலைமையை மாற்ற சேவை முன்னுதாரணமாகக் கொண்டு இன்றைய இளைஞர்கள் செயல்படவேண்டும் என்கிறார் அலெய்டா.

'புத்தகத்தின் ஆரம்பத்தில் தன்னைப்பற்றி கிண்டலடித்து நம்மைப் புன்னகைக்க வைத்த சே, பக்கங்கள் செல்லச் செல்ல முழு விழிப்புணர்வுடன் லத்தீன் அமெரிக்காவின் சிக்கல்களை கண்முன் நிறுத்துகிறார்.' மக்களுக்கு உண்மையில் என்ன தேவை என்பதை சே இந்தப் பயணம் வாயிலாக உணர்ந்தார். 'ஏழை மக்களுக்கு அறிவியல்பூர்வமான ஒரு மருத்துவர் தேவைப்படவில்லை. சேவிடம் இருந்து அவர்கள் எதிர்பார்த்தது அவருடைய வலிமையை. தொடர்ச்சியாகப் போராடி சமூகச் சூழலை மாற்றும்

உத்வேகத்தை. பல நூற்றாண்டுகளாக அடிமைப்பட்டுக்கிடந்த அவர் களுடைய தன்மானத்தை மீட்டெடுக்கும் சமூக மாற்றத்தை. அறிவுத் தாகத் தோடும், மக்களை நேசிக்கும் தன்மையோடும் சே நமக்கு உணர்த்தியுள்ள உண்மை இதுதான். யதார்த்தத்தைப் புரிய வைத்துவிட்டால் ஒருவரது சிந்தனைகளை மாற்றியமைத்துவிட முடியும்.'

க்யூபாவில் உள்ள 'செண்டர் ஃபார் சேகுவேரா ஸ்டடீஸ்' என்னும் அமைப்பு சேவின் கட்டுரைகள், உரைகள் ஆகியவற்றைத் தொடர்ந்து பதிப்பித்து வருகிறது. மோட்டார் சைக்கிள் டைரி எர்னஸ்டோவின் மரணத்துக்குப் பிறகு அவர் தந்தையால் கண்டறியப்பட்டு, அலெய்டா உள்ளிட்டோரால் எடிட் செய்யப்பட்டு பிரசுரிக்கப்பட்டது. முதலில் ஸ்பானிஷ் மொழியிலும் பின்னர் ஆங்கிலத்திலும் அதிலிருந்து பல மொழிகளிலும் பதிப்புகள் வெளிவந்தன.

1953ல் ஒரு மருத்துவராக வீட்டைவிட்டு வெளியேறிய எர்னஸ்டோ மெக்சி கோவில் ஃபிடல் காஸ்ட்ரோவைக் கண்டார். நவம்பர் 1956ல் மெக்சி கோவில் இருந்து இவர்கள் க்யூபாவுக்குப் பயணமானார்கள். புரட்சிகர யுத்தம் இரண்டு ஆண்டுகள் நடைபெற்றன. இதைப் பற்றிய நினைவுக் குறிப்புகள் (தமிழில், கியூபா : புரட்சிகர யுத்தத்தின் கதை, பாரதி புத்தகாலயம்) எர்னஸ்டோ வாழ்ந்த காலகட்டத்திலேயே வெளிவந்தது.

மருத்துவராக இருந்த எர்னஸ்டோ ஒரு கமாண்டராக மாறிய கதை இது. சே இதில் உணர்த்தும் அழுத்தமான செய்தி இது. எதிரி எவ்வளவு பலம் பொருந்தியவனாக இருந்தாலும், அவனை ஒன்றிணைந்து முறியடிப்பது சாத்தியம்தான். அனுகூலமான தருணம் வாய்க்கும்வரை ஆயுத எழுச்சி உருவாவதற்கு வாய்ப்பில்லை என்பது தவறான வாதம். ஆயுத எழுச்சியே தக்க தருணத்தை ஏற்படுத்த வல்லது. சேவின் மனிதத்தன்மை, சேவின் புரட்சிகர ஈடுபாடு இரண்டையும் இந்நூல் ஒருங்கே வெளிப்படுத்துகிறது. புத்தகம்நெடுகிலும் ஒரு மெல்லிய நகைச்சுவை இழை படர்ந்திருக்கிறது. 'ஒருமுறை எதிரியைக் கண்டதும் பாய்ந்து ஓட ஆரம்பித்தேன். என்னைப் போல் அவனால் அத்தனை வேகமாக ஓடிவர முடியவில்லை.' கிண்ட லையும் கேலியையும் தன் பக்கமே திருப்பிக்கொள்ளும் ஆற்றல் எர்னஸ் டோவிடம் இருந்தது. மோட்டார் சைக்கிள் டைரியிலும் இதற்கு உதாரணங்கள் கொட்டிக்கிடக்கின்றன.

கெரில்லா போர்முறை (ஆங்கிலத்தில் கெரில்லா வார்ஃபேர், 1960) குறித்து சே எழுதிய புத்தகம் போராளிகளுக்கான கையேடாகத் திகழ்கிறது. மாவோ, வியட்நாம் ஜெனரல் கியாப் ஆகியோரை அடியொற்றி இந்நூலை சே எழுதியி ருந்தார். லத்தீன் அமெரிக்க நாடுகளில் இயங்கிவந்த போராளிகளுக்கு இந்தப் புத்தகம் இலவசமாக விநியோகிக்கப்பட்டது. முந்தைய நூலின் தொடர்ச்சி யாக, ஒரு கெரில்லா இயக்கத்தால் மாபெரும் ராணுவத்தை வீழ்த்தமுடியும் என்பதை நிறுவுகிறது இந்தப் புத்தகம். காடுகளிலும் மலைகளிலும் மறைந்து வாழும் கெரில்லாக்கள் எப்படி தங்களைத் தயார்படுத்திக்கொள்ள

111

வேண்டும், எப்படிப்பட்ட உத்திகளை எப்போது கையாளவேண்டும் போன்றவற்றை சே இந்நூலில் விவரித்திருக்கிறார். இன்றளவும் கெரில்லா இயக்கங்கள் இதனை ஒரு அரிச்சுவடியாகவே கருதுகின்றனர்.

இது தோல்வியின் கதை என்று தொடங்கும் ஆப்பிரிக்கக் கனவு (கனவிலிருந்து போராட்டத்துக்கு - விடியல்), 1965 காங்கோ நினைவுகள் பற்றியது. தங்களை அடிமைப்படுத்தியிருந்தவர்களிடம் இருந்து விடுபடுவதற்கு இன்னமும் தயாராகாத ஆப்பிரிக்கர்களைப் பற்றி இதில் சே விவரிக்கிறார். பல்வேறு இனக்குழுக்களைக் கொண்டிருக்கும் ஆப்பிரிக்காவால் ஏன் ஒன்றுதிரளமுடியவில்லை, ஏன் ஒன்றுபட்டு போராடமுடியவில்லை என்பதையும் சே ஆராய்கிறார். தன்னால் நிலைமையை மாற்றமுடியவில்லை என்பதற்காக வருத்தப்படுகிறார் சே. ஆனால் இந்தப் புத்தகத்தின் துணை கொண்டு காஸ்ட்ரோ அரசு, ஆப்பிரிக்காவுக்கான சில விடுதலைப் போராட்டங்களை முன்னின்று நடத்தியது. அவர்களுடைய விடுதலைப் போராட்டங்களுக்கு உதவி செய்தது.

சேவின் கடைசி முயற்சி, பொலிவியா. இந்நூலில் உள்ள குறிப்புகளை பின்னர் நீட்டித்து எழுதலாம் என்று சே திட்டமிட்டிருந்தார். சிஐஏவின் கையில் சிக்கிவிட்டதால் இந்தக் குறிப்புகளை அவர்கள் சேவுக்கு எதிராகப் பயன்படுத்திக்கொண்டார்கள். பிற நாடுகளில் ஆயுதப் போராட்டங்கள் நடத்துவதற்கு உதவி செய்தால் இந்நிலைதான் ஏற்படும் என்னும் பாடத்தை அவர்கள் சேவைத் தண்டிப்பதன் மூலம் பிறருக்கு உணர்த்த விரும்பினார்கள். பொலிவிய அரசாங்கத்தைச் சேர்ந்த ஒருவர் இந்தப் பிரதியை நகல் எடுத்து க்யூபாவுக்கு அனுப்பியதால்தான் இன்று நமக்கு இது கிடைத்துள்ளது. தனக்குச் சாதகமான முறையில் அதில் திருத்தங்கள் மேற்கொள்ளலாம் என்று கருதியிருந்த சிஐஏவின் திட்டம் முறியடிக்கப்பட்டது. பல மொழிகளில் இந்தப் புத்தகம் வெளிவந்தது. சேவின் கடைசி எழுத்துகள் என்ற வகையில் இது முக்கியத்துவம் பெறுகிறது.

சே குறித்து எண்ணற்ற நூல்கள், ஆய்வுகள், விவாதங்கள், நினைவுக் குறிப்புகள் வெளிவந்துள்ளன. என்றாலும் சேவை அவர் எழுத்துகள் வாயிலாக வாசிப்பதற்கு எதுவும் ஈடாகாது. காரணம் அது சே குவேராவால் எழுதப்பட்டது என்பதல்ல. அவை சே குவேராவுக்காக எழுதப்பட்டவை.

சே இறந்தபோது அலெய்டாவுக்கு ஆறு வயது. தன் தந்தையை அவர் எப்படி நினைவுபடுத்திக்கொள்கிறார்? 'என் தந்தையைப் பற்றி நான் கொண்டிருக்கும் நினைவுகளில் முக்கியமானது, பிறரை நேசிக்கும் அவருடைய குணத்தைத்தான்.'

சேவின் அர்ஜெண்டினா

22

எர்னஸ்டோ தான் கடந்துபோன லத்தீன் அமெரிக்க நாடுகள் குறித்தும் அந்நாட்டின் அரசியல், சமூக, வரலாறு குறித்தும் தனக்குத் தெரிந்ததையும் தான் உணர்ந்ததையும் தனது குறிப்பேட்டில் பதிவு செய்து கொண்டது சரிதான். கடந்து போன நாடுகளைப்பற்றி இவ்வளவு எழுதிய அவர், தனது நாடு குறித்து என்ன எழுதியிருக்கிறார்? அர்ஜெண்டினாவில் நடைபெற்ற ஆட்சிமுறை குறித்து அவர் என்ன நினைத்தார்? அர்ஜெண்டினாவில் எப்படிப்பட்ட மாற்றங்கள் ஏற்படவேண்டும் என்று அவர் விரும்பினார்? உண்மையில், மோட்டார் சைக்கிள் டைரி மட்டுமல்ல, எர்னஸ்டோவின் பிற குறிப்புகளிலும்கூட அர்ஜெண்டினா குறித்தும் அர்ஜெண்டினாவின் அதிபராக இருந்த பெரான் குறித்தும் அதிகம் சொல்லப்படவில்லை.

ஜூன் 1946ல் முதல் முறையாக அதிபர் பதவியை ஏற்றார் ஜுவான் பெரான் (Juan Perón). அவர் மனைவி ஈவா பெரான் ஆடம்பர அணிகலன்களுடன் வலம் வருபவர். தொழிலாளர் மற்றும் பெண்கள் இயக்கங்களின் ஆதரவை பெரானுக்குப் பெற்றுத் தந்ததில் இவருடைய பங்களிப்பு மகத்தானது என்று சொல்வார்கள். கிட்டத்தட்ட ஒரு ஏஞ்சலைப் போலவே அவர் ராஜ்ஜிய வட்டத்தில் வலம் வருவது வழக்கம். பலத்த ஆதரவைத் தன் பக்கம் திரட்டிக்கொண்ட ஜுவான் பெரான், ‘முறைப் படுத்தப்பட்ட சமுதாயம்’ என்பதான ஒரு வகையான ஆன்மிக சமூகத் தத்துவத்தை தன் ஆட்சிக்

காலத்தில் முன்மொழிந்தார். அதற்கு justicialismo என்றொரு பெயரும் சூட்டப்பட்டது.

எந்தவித முறைப்படுத்தலும் அற்ற ஒரு சமுதாயத்தைத்தான் பெரான் உருவாக்கினார். தனது அரசியல் எதிரிகளை இரக்கமின்றி அடக்கி ஒடுக்கினார். அவரோடும் அவர் அரசோடும் முரண்படுபவர்களுக்குச் சிறைத் தண்டனை விதிக்கப்பட்டது. உழைக்கும் மக்களுக்கு (சட்டையணியாதவர்கள் என்று பொருள்படும் வகையில் descamisados என்று அழைக்கப்பட்டனர்) ஈவா அவ்வப்போது பரிசுகளும் வேலை வாய்ப்புகளும் வழங்கி தன் பக்கம் ஈர்த்துக் கொண்டார். ஈவா பெரான் ஃபவுண்டேஷன் என்னும் பெயரில் அவர் கிட்டத்தட்ட தனியொரு ஆட்சி அதிகார பீடத்தையே உருவாக்கி வைத்திருந்தார். இந்தப் புதிய அர்ஜெண்டினா 'மூன்றாவது நிலையில்' இருப்பதாகப் பெரான் அறிவித்தார். அதாவது, முதலாளித்துவ மேற்கு, கம்யூனிசக் கிழக்கு இரண்டுக்கும் இடையிலான ஓர் அரசியல் அமைப்பு முறை என்றார்.

பெரானை எதிர்க்கவோ மாற்று அரசியலை முன்வைக்கவோ அங்கே யாருமில்லை. அர்ஜெண்டினா கம்யூனிஸ்ட் கட்சி சட்டப்படி இயங்கிவந்தது என்றாலும் தொழிற்சங்கங்கள் மற்றும் தொழிலாளர் அமைப்புகளில் அக்கட்சி செல்வாக்கு பெற்றிருக்கவில்லை. சக்திவாய்ந்த தலைமை இல்லை. சித்தாந்தம், தத்துவம் என்று பேசினார்களே ஒழிய, கண்முன்னால் மாற்றங்களைச் செயல்வடிவில் அமல்படுத்தவேண்டும் என்னும் துடிப்பு இல்லை. எர்னஸ்டோ கம்யூனிஸ்ட் கட்சிமீது ஆர்வம் செலுத்தாததற்கு இதுவே காரணமாக இருக்கவேண்டும் என்கிறார் ஜான் லீ ஆண்டர்சன்.

பல்கலைக்கழகத்தில் கம்யூனிஸ்ட் இளைஞர் சங்கம் இயங்கிவந்தது. அதில் அங்கம் வகித்த சிலர் ஆயுதம் தரித்தவர்களாகவும் இருந்தார்கள். அவர்களில் சிலரை எர்னஸ்டோ தனிப்பட்ட முறையில் அறிந்திருந்தார். அவர்களுடைய ரகசிய சந்திப்புகள் ஒன்றில் கலந்துகொள்ளுமாறு அழைப்பு வந்தபோது, எர்னஸ்டோ ஒருமுறை சென்று பார்த்தார். ஆனால், ஏனோ அவரால் முழுவதுமாக அமர்ந்து கேட்கமுடியவில்லை. பாதியில் வெளியேறிவிட்டார். எர்னஸ்டோ அரசியல் ரீதியான சிந்தனையோட்டம் கொண்டிருக்கவில்லை, மாறாக அற உணர்வு சார்ந்து சிந்திப்பவராக இருந்தார் என்கிறார் எர்னஸ்டோவை அப்போது அறிந்திருந்த சங்க உறுப்பினர் ஒருவர். எர்னஸ்டோ ஒரு 'பிராக்ரஸிவ் லிபரல்' என்று அழைக்கிறார் இன்னொருவர். மருத்துவம், இலக்கியம் இரண்டிலும்தான் அவருக்கு விருப்பம் இருந்தது என்கிறார்கள் எர்னஸ்டோவை அறிந்த வேறு சிலர். மார்க்சியம் குறித்த சில விவாதங்களில் எர்னஸ்டோ கலந்துகொண்டிருக்கிறார் என்றபோதும், அர்ஜெண்டினா கம்யூனிஸ்ட் கட்சி குறித்து விவாதம் திரும்பும்போது, எர்னஸ்டோ நம்பிக்கையற்றவராகவே இருந்திருக்கிறார்.

ஜான் லீ ஆண்டர்சனின் வார்த்தைகளில் சொல்வதானால், 'எர்னஸ்டோவின் நண்பர்கள், உறவினர்கள் யாருமே எர்னஸ்டோவை ஒரு மார்க்சியவாதி என்று கருதியதில்லை. அப்போது அவர் மார்க்சியவாதியாக இல்லை என்பதுதான் உண்மை.' எனவே, பெரான் குறித்தும் அவருடைய அரசியல் நோக்கங்கள்

குறித்தும் மார்க்சிய ரீதியிலான மதிப்பீட்டை எர்னஸ்டோ உருவாக்கி யிருந்தார் என்று சொல்லமுடியாது.

அதே சமயம், பெரான் ஒரு அரசியல் ராஜதந்திரி என்பதை எர்னஸ்டே உணர்ந்திருந்தார். என்ன செய்தால் அரசியலில் வெற்றி கிடைக்கும், என்ன செய்தால் மக்களுக்குப் பிடிக்கும், எப்போது எதைச் செய்யவேண்டும் போன்றவற்றில் பெரான் தெளிவாக இருந்தார். சுருக்கமாகச் சொல்வதானால், அர்ஜெண்டினா போன்ற ஒரு நாட்டில் ஆட்சியைத் தக்கவைத்துக்கொள்ள வேண்டுமென்றால், வலுவான தலைமை தேவை என்பதையும் அவ்வப் போது பலாத்காரத்தைப் பயன்படுத்தவேண்டும் என்பதையும் பெரான் உணர்ந்திருந்தார்.

மக்களை தள்ளிவிட்டு அல்ல, ஒரு பிரிவு மக்களின் சம்மதத்தோடு அதிகா ரத்தைக் குவித்துக்கொள்ளவேண்டும் என்று பெரான் விரும்பினார். அதனால், பொதுவாக மக்கள் விரும்பக்கூடிய தேசியவாதம், பொருளாதார சுதந்தரம், சுயசார்பு போன்ற கருத்தாக்கங்களை பெரான் உயர்த்திப் பிடித்தார். இப்படிப் பட்ட தருணங்களில், பெரான் ஒரு தேசியத் தலைவராகவும் அர்ஜெண் டினாவின் நலனின் அக்கறை கொண்ட ஒரு தலைவராகவும் வெளிப்படுவது உண்டு. தன் அரசியலோடு முரண்பட்ட பலருடைய அங்கீகரிப்பை பெரான் இவ்வாறு பெற்றிருந்ததும் உண்மை. எர்னஸ்டோவும் அவ்வாறு பெரானால் சில சமயம் கவரப்பட்டிருக்கலாம் என்கிறார் ஜான் லீ ஆண்டர்சன். இந்த முடிவுக்கு எப்படி வர முடிந்தது?

ஓரிடத்தில் ஜவாஹர்லால் நேருவோடு பெராவை ஒப்பிடுகிறார் ஆண்டர்சன். இருவருடைய ஆட்சிமுறையும் சிந்தனையோட்டமும் வேறு என்றாலும் பொதுவான சில அம்சங்கள் இருவரிடமும் உள்ளன என்கிறார் ஆண்டர்சன். நேரு, இந்தியாவை காலனியாக்கத்தின் பிடியில் இருந்து மீட்க முயன்ற தைப்போலவே பெரானும் மேற்கத்திய தாக்கங்களில் இருந்து அர்ஜெண் டினாவை மீட்க முயன்றார். எர்னஸ்டோ நேருவால் கவரப்பட்டிருந்தார். நேருவின் டிஸ்கவரி ஆஃப் இந்தியாவை எர்னஸ்டோ மீண்டும் மீண்டும் படித்து நிறைய அடிக்கோடுகள் இட்டிருந்தார். பல குறிப்புகளை அதில் எழுதியிருந்தார். தன் நண்பர்களிடமும் அவ்வப்போது நேருவின் புத்தகம் குறித்து விருப்பத்துடன் பேசியிருக்கிறார்.

இந்தியாவைப்போலவே அர்ஜெண்டினாவும் அடிப்படையில் ஒரு விவசாய நாடு. என்றாலும், நேருவைப்போலவே பெரானும் துரிதமான தொழில்மய மாக்கலில் கவனம் செலுத்தினார். பிரிட்டனின் பிடியில் இருந்து விடுபட்டு இந்தியா சுயசார்புடன் பொருளாதார பலத்துடன் திகழவேண்டும் என்பது நேருவின் கனவு. பெரான் அமெரிக்காவிடம் இருந்து அர்ஜெண்டினாவை விடுவிக்க முயன்றார். அதே சமயம், இந்தியா பிரிட்டனையே பெரிதும் சார்ந் திருந்தது. அர்ஜெண்டினா அமெரிக்காவைச் சார்ந்திருந்ததைப்போல். உற்பத்திப் பொருள்கள் இறக்குமதிக்கு இந்தியாவும் அர்ஜெண்டினாவும் ஒன்றுபோல் பிற நாடுகளையே பெரிதும் நம்பியிருந்தன.

'நவீன உலகைப் பொருத்தவரை, நவீனத் தொழில்மயமாக்கல் இல்லாமல் எந்தவொரு நாடும் அரசியல் ரீதியாகவும் பொருளாதார ரீதியாகவும் சுதந்தரமாக இருக்கமுடியாது!' என்றார் நேரு. பெரானும் இவ்வாறே 'சமூக நீதி, பொருளாதார சுதந்தரம், அரசியல் இறையாண்மை' ஆகியவைற்றை அர்ஜெண்டினா பெறவேண்டும் என்று பேசினார். அந்நாட்டில் போக்கு வரத்து, ரயில்வே, உற்பத்தி தொழிற்சாலை ஆகிய துறைகளில் பிரிட்டனும் அமெரிக்காவும் ஏகபோக உரிமை பெற்றிருந்தன. பெரான் இந்த நிலையை மாற்ற விரும்பினார்.

இதே காரணங்களுக்காக அமெரிக்கா பெரான் அரசை மாற்றியமைக்க விரும்பியது. அப்போது ஹாரி எஸ். ட்ரூமன் அமெரிக்க அதிபராக இருந் தார். 1946 பொதுத் தேர்தலின்போது அமெரிக்கா தனது தூதரை பியூனஸ் அயர் ஸுக்கு அனுப்பிவைத்து பட்டவர்த்தனமாக பெரானுக்கு எதிராக பிரசாரம் மேற்கொள்ளச் செய்தது. தேர்ந்த ராஜதந்திரியான பெரான் இதனைத் தனக்குச் சாதகமாகத் திருப்பிக்கொண்டது தனிக்கதை. இதில் கவனிக்கவேண்டிய விஷயம், அமெரிக்கா பெரானுக்கு எதிராக மேற்கொண்ட முயற்சிகளைக் கண்டு எர்னஸ்டோ அமெரிக்காமீது கோபமும் வெறுப்பும் கொண்டார் என்பதுதான்.

மோட்டார் சைக்கிள் பயணத்தின்போதும் சரி, அதற்குப் பிறகும் சரி, எர்ன ஸ்டோ ஓர் அமெரிக்க எதிர்ப்பாளராகவே வலம் வந்தார் என்பதற்கு அவரு டைய குறிப்புகளிலேயே பல உதாரணங்கள் உள்ளன. அர்ஜெண்டினா மட்டு மல்ல, ஒட்டுமொத்த லத்தீன் அமெரிக்காவையும் வட அமெரிக்கா தனது கட்டுப்பாட்டுக்குள் வைத்திருக்க விரும்புகிறது என்பதை நேரடியாகவே கண்டுகொண்டார் எர்னஸ்டோ. சிலி, பெரு, கொலம்பியா, வெனிசூலா என்று அனைத்து பகுதிகளிலும் உள்ள மக்கள் கூட்டம் அமெரிக்காவால் ஏதா வதொரு வழியில் பாதிக்கப்பட்டிருந்ததை எர்னஸ்டோ கவனிக்கத் தவற வில்லை.

அமெரிக்கா தனது ஏகாதிபத்திய நலன்களை மட்டுமே கருத்தில் கொண்டு லத்தீன் அமெரிக்க நாடுகள்மீது மேலாதிக்கம் செலுத்திக்கொண்டிருந்த கால கட்டம் அது. பனிப்போர் தொடர்ந்து கொண்டிருந்த அந்தச் சமயத்தில் அமெரிக்கா கம்யூனிஸ்டுகளுக்கு எதிராக வலதுசாரி ஆட்சியாளர்களை ஆதரித்துக்கொண்டிருந்தது. நிகாரகுவா, டொமினிகன் குடியரசு, பெரு, வெனி சூலா ஆகிய நாடுகளில் அமெரிக்க ஆதரவுடன்கூடிய வலதுசாரி சர்வாதிகார ஆட்சியே நடைபெற்று வந்தது. மோட்டார் சைக்கிள் பயணத்தின்போது எர்ன ஸ்டோவால் இதை உணரமுடிந்தது. ஐம்பதுகளிலேயே எர்னஸ்டோவுக்குள் ஊறிக்கிடந்த அமெரிக்க எதிர்ப்பை இந்தப் பயணம் மேலும் செழிப்பாக வளர்த்தெடுத்தது. 'அமெரிக்கா ஒரு தீய சக்தி' என்றே வர்ணித்தார் எர்னஸ்டோ.

மோட்டார் சைக்கிள் பயணம் தொடங்குவதற்கு முன்பு, அதாவது 1950 இறுதியில் சிஐஏ லத்தீன் அமெரிக்கா குறித்து ஆராய்ந்து ஓர் அறிக்கை

வெளியிட்டது. அதில், சோவியத் யூனியன் லத்தீன் அமெரிக்காவையும் அதன் வளங்களையும் பயன்படுத்தி தன்னைப் பலப்படுத்திக்கொள்ள முயல்வதாகவும், லத்தீன் அமெரிக்காவைக் கம்யூனிசப் பிரதேசமாக மாற்ற முயற்சி செய்வதாகவும் அதைத் தடுக்கவேண்டும் என்றும் குறிப்பிடப்பட்டுள்ளது. லத்தீன் அமெரிக்க மக்களிடையே அமெரிக்க எதிர்ப்புணர்வு பரவியிருந்ததை இந்த அறிக்கை உறுதி செய்கிறது. அதே சமயம் இந்த உணர்வை சோவியத் தனக்குச் சாதகமாகத் திருப்பிக்கொள்ள முயற்சி செய்வதாகவும் குற்றம் சாட்டுகிறது. *(பார்க்க : Soviet Capabilities and Intentions in Latin America.)*

இதில் வேடிக்கை என்னவென்றால், சிஐஏவைப் போலவே பெரானுக்கும் கம்யூனிச பீதி இருந்தது. தம்முடைய ஆட்சிக்கு இடதுசாரிகளால் ஆபத்து நேரலாம் என்று கருதிய பெரான் அறிவிக்கப்படாத போர் ஒன்றை இடதுசாரிகள்மீது மேற்கொண்டார். எர்னஸ்டோ மருத்துவக் கல்லூரியில் நான்காமாண்டு படித்துக்கொண்டிருந்த சமயம் அது. கார்டோபாவில் எர்னஸ்டோவுக்குப் பரிச்சயமாகியிருந்த ஃபெர்னாண்டோ பரால் என்பவரை பெரான் அரசு கைது செய்து சிறை வைத்தது. எர்னஸ்டோ அவரை ஒருமுறை கூட சிறையில் சென்று பார்க்கவில்லை. ஆனால் ஆல்பர்ட்டோ கிரானடோவைப் பலமுறை சிறையில் சென்று பார்த்திருந்தார். எர்னஸ்டோவின் உறவுக்காரப் பெண் ஒருவரை பரால் நேசித்ததும் அதை எர்னஸ்டோ விரும்பவில்லை என்றும் அதனால்தான் பராலை அவர் சென்று பார்க்கவில்லை என்றும் சொல்லப்படுகிறது.

பெருவில் ஓரிடத்தில் தன்னை எர்னஸ்டோ இப்படி அறிமுகம் செய்துகொள்கிறார். 'பணக்காரர்களும் ஏழைகளும் சமமாக மதிக்கப்படுகின்ற, இந்தியர்களைச் சுரண்டாத, பெரான் மற்றும் அவர் மனைவி ஈவிடா ஆகியோரின் அற்புதமான நாடான அர்ஜெண்டினாவில் இருந்து நாங்கள் வருகிறோம்.' லத்தீன் அமெரிக்க நாடுகளில் பெரான் அரசு குறித்து இப்படியானதொரு எண்ணம் பரவியிருந்ததை எர்னஸ்டோ உணர்ந்திருந்ததால்தான் தன்னை இவ்வாறு அறிமுகம் செய்துகொள்கிறார் எர்னஸ்டோ. அதாவது, தனது அப்போதைய தேவைகளுக்காக எர்னஸ்டோ உதிர்த்த பல நூறு வேடிக்கை பொய்களில் இதுவும் ஒன்றாக இருக்கலாம்.

ஆனால் பயணம் நெடுகிலும் பலர் எர்னஸ்டோவிடம் அர்ஜெண்டினா குறித்து ஆச்சரியத்துடன் பல கேள்விகள் கேட்ட வண்ணம் இருந்தனர். அவர்களுக்கு அர்ஜெண்டினா ஒரு புதிய நாடாகக் காட்சியளித்தது. நம்மைப்போல் இல்லை, அங்கு ஏதோ அதிசயம் நடந்துகொண்டிருக்கிறது என்று அவர்கள் நினைத்தனர். குறிப்பாக, பெரான் குறித்தும் ஈவா குறித்தும் அவர்கள் பல கதைகள் கேள்விப்பட்டிருந்தனர். பெரான் ஒரு மாறுபட்ட ஆட்சியாளராக, அர்ஜெண்டினாவை வளர்ச்சிப் பாதையில் இட்டுச் செல்பவராக, ஏன் லத்தீன் அமெரிக்காவையே மாற்ற வந்த உத்தமராக அவர்கள் கருதியிருந்தனர். அர்ஜெண்டினாவிலேயே பலர் இவ்வாறு நினைத்துக்கொண்டிருந்தனர்

என்னும்போது பிற நாடுகளில் இப்படிப்பட்ட எண்ணங்கள் வேரூன்றி இருந்ததில் ஆச்சரியம் அதிகம் இருக்கமுடியாது.

பெரான் பற்றிச் சொல்லுங்கள், அவருடைய ஆட்சி எப்படிப்பட்டது என்று கேட்கப்பட்டபோது, கற்பனைக்கு எட்டிய அளவுக்கு தனது 'அர்ஜெண்டினா தலைவர்' பற்றி எர்னஸ்டோ நிறையயே அள்ளி விட்டிருக்கிறார். இதை அவரே ஒப்புக்கொள்ளவும் செய்கிறார்.

பெரானுக்கு ஆதரவாக வாக்களிக்குமாறு எர்னஸ்டோ ஒருமுறை கேட்டுக் கொண்டதாக கல்லூரி நண்பர் ஒருவர் குறிப்பிடுகிறார். பெரான் நம் சமூக வர்க்கத்துக்குச் சாதகமானவர் என்றும் எர்னஸ்டோ குறிப்பிட்டிருந்தாராம். ஆண்டர்சனின் புத்தகத்தில் காணப்படும் ஒரு குறிப்பு இது. பல்கலைக் கழகத்தில் உள்ள நூலகத்தைப் பயன்படுத்திக்கொள்வதற்காக பெரான் இளைஞர் சங்கம் ஒன்றில் எர்னஸ்டோ தன்னை ஒருமுறை இணைத்துக் கொண்டார். அது மட்டுமின்றி பெரானின் மனைவி ஈவாவுக்கு ஒரு கடிதம் கூட எழுதியிருக்கிறார் எர்னஸ்டோ. லத்தீன் அமெரிக்கப் பயணம் ஒன்றுக்குத் திட்டமிட்டிருக்கிறோம். ஒரு ஜீப் தந்து உதவ முடியுமா? இந்தக் கடிதத்துக்கு ஈவாவிடம் இருந்து பதில் வரவில்லை. தன் பயணத்தை முடித்துக்கொண்டு எர்னஸ்டோ வீடு திரும்புவதற்கு ஐந்து தினங்கள் முன்பு ஈவா தனது 33வது வயதில் புற்றுநோய் காரணமாக இறந்திருந்தார்.

தொகுத்துப் பார்க்கும்போது, அர்ஜெண்டினா அரசியல் குறித்தும் பெரான் குறித்தும் எர்னஸ்டோ அப்போது ஆர்வம் செலுத்தவில்லை என்பது தெரிகிறது. எர்னஸ்டோவின் எழுத்துகளில் பெரானின் பெயர் குறிப்பிடும் படியாக இடம்பெறவில்லை. பிற்காலங்களில்கூட எர்னஸ்டோ பெரான் பற்றி அழுத்தமாக எதுவும் பதிவு செய்யவில்லை. அர்ஜெண்டினாவில் கெரில்லா குழுக்களை உருவாக்கும்போது, சில பெரோனியவாதிகளையும் பெரான் பின்னணி கொண்டவர்களையும் எர்னஸ்டோ தன்னுடன் இணைத்துக்கொண்டார், அவ்வளவுதான்.

தோழர்

எர்னஸ்டோவோடு இணைந்து பயணம் மேற்
கொண்டது தன் வாழ்நாளில் மறக்கமுடியாத
அபவம் என்கிறார் ஆல்பர்ட்டோ. மோட்டார்
சைக்கிள் பாதியில் பழுதடைந்ததில் முதலில்
வருத்தம் ஏற்பட்டாலும் அதன் காரணமாகவே
பயணம் அர்த்தமுள்ளதாக மாறியதாகக் குறிப்பிட்டு
ள்ளார். மோட்டார் சைக்கிளைப் பயன்படுத்த
முடியாததால் 'மக்களோடு நெருங்கி பழக முடிந்
தது. பணத் தேவைக்கு நாங்கள் அவ்வப்போது சிறு
சிறு வேலைகள் செய்தோம். மூட்டை தூக்கினோம்,
மாலுமிகளாகப் பணியாற்றினோம், காவல் காத்
தோம், மருத்துவமும் புரிந்தோம்.'

கிரானடோவின் குடும்பத்தினர் இடதுசாரி சிந்தனை
களால் கவரப்பட்டிருந்ததால் இயல்பாகவே கிரா
னடோ மார்க்சையும் எங்கெல்சையும் சுவாசித்த
படிதான் வளரத் தொடங்கினார். அந்த வகையில்,
எர்னஸ்டோவுக்கு முன்னரே அவர் மார்க்சியத்தை
அறிந்திருந்தார். பெரான் குறித்து சரியான மதிப்
பீட்டை எர்னஸ்டோவால் உருவாக்கிக்கொள்ள
முடியாத சமயத்தில் அவருக்கு முன்பே, 1943ல்
பெரான் அரசுக்கு எதிரான போராட்டங்களில் பங்
கெடுத்து சிறை சென்றவர் ஆல்பர்ட்டோ.

மோட்டார் சைக்கிள் பயணத்தின் முடிவில் எர்ன
ஸ்டோ மியாமிக்குச் சென்றுவிட கிரானடோ வெனி
சூலாவில் உள்ள Maiquetía என்னும் இடத்தில்
உள்ள Cabo Blanco தொழுநோய் குடியிருப்பில்
பணியாற்றுவதற்காகத் தங்கியிருந்தார். மூன்று
ஆண்டுகள் கழித்து ஐரோப்பா சென்றார். ரோமில்

23

மேற்கொண்டு படிப்பதற்கு அவருக்கு உதவித் தொகை கிடைத்திருந்தது. பிரான்ஸ், ஸ்பெயின் என்று சுற்றிவந்த கிரானடோ, மீண்டும் காரகாஸ் திரும்பியபோது தனது வெனிசூலா காதலியை (டெலியா) மணந்து கொண்டார். அங்குள்ள பல்கலைக்கழகத்தில் பணியாற்றத் தொடங்கினார்.

1959ல் க்யூபப் புரட்சி வெற்றிபெற்றதைத் தொடர்ந்து, சே குவேராவிடம் இருந்து அவருக்கு அழைப்பு வந்தது. இந்த முறை அவர்கள் சந்தித்துக் கொண்டபோது, இருவரும் பெரும் மாற்றங்களைக் கண்டிருந்தனர். இடையில் ஏழு ஆண்டுகள் கழிந்திருந்தன. மருத்துவச் சேவையை லட்சியமாக வரித்துக் கொண்ட எர்னஸ்டோ துப்பாக்கி ஏந்தி ஃபிடல் காஸ்ட்ரோவோடு கிரான்மா கப்பல் ஏறி ஹவானா வந்துவிட்டார். மருத்துவத்தைக் காட்டிலும் புரட்சியே இப்போது அவருக்கு உந்து சக்தியாக மாறியிருந்தது. கிரானடோ தொடர்ந்து சீராகத் தன் துறையில் மட்டும் கவனம் செலுத்திவந்திருந்தார்.

சேவின் அழைப்பைத் தட்டமுடியாமல் குடும்பத்தோடு ஹவானா சென்று குடியேறினார் கிரானடோ. ஹவானா பல்கலைக்கழகத்தில் மருத்துவப் பிரிவில் அவருக்குப் பணி வழங்கப்பட்டிருந்தது. 1962ல் சாண்டியாகோ டி க்யூபாவில் ஒரு புதிய மருத்துவக் கல்லூரியை கிரானடோ இன்னொருவருடன் இணைந்து தொடங்கி வைத்தார். அர்ஜெண்டினாவில் ஒரு கெரில்லா இயக்கத்தைக் கட்டமைக்கும் பணியில் எர்னஸ்டோ ஈடுபட்ட போது அவருக்கு உதவி செய்தார். கிரானடோவின் நண்பரான ஜோர்ஜ் மாசெட்டி என்பவர் பின்னர் இந்தக் குழுவுக்குத் தலைமையேற்றார்.

சேவைப் போலன்றி அர்ஜெண்டினா கம்யூனிஸ்ட் கட்சியின்மீது கிரானடோ நம்பிக்கை கொண்டிருந்தார். 1962ல் பியூனஸ் அயர்ஸ் திரும்பியபோது தனது பழைய தோழர்களுடன் நட்பை உடனே புதுப்பித்துக்கொண்டார். அவர்களில் யார் ராணுவப் பயிற்சியில் ஆர்வமாக இருக்கிறார்கள் என்பதைக் கண்டறிந்து அவர்களை க்யூபாவுக்கு அனுப்பி வைத்தார் கிரானடோ. க்யூபாவில் நடைபெற்றதைப் போன்ற ஒரு எழுச்சியை அர்ஜெண்டினாவில் ஏற்படுத்தமுடியும் என்னும் நம்பிக்கை பொய்த்துப்போனது. அவர்கள் தயாராவதற்கு முன்பே 1963 - 64ல் இந்தக் கெரில்லா குழு அழித்தொழிக்கப் பட்டது. தலைமையேற்ற ஜோர்ஜ் மாசெட்டி உள்ளிட்ட பலர் கொல்லப் பட்டனர்.

அர்ஜெண்டினாவை அத்தோடு மறந்து மீண்டும் மருத்துவ ஆய்வுப் பணிகள்மீது கவனம் குவித்தார் ஆல்பர்ட்டோ கிரானடோ. 1967ல் சே குவேரா கொல்லப் பட்டதைத் தொடர்ந்து, க்யூபாவில் உள்ள தேசிய சுகாதார மையத்தின் மரபியல் துறையின் (கால்நடை வளர்ப்பு மற்றும் வேளாண்மை) இயக்கு நராகப் பணியில் அமர்த்தப்பட்டார். ஃபிடல் காஸ்ட்ரோவுக்குப் பிடித்தமான சில துறைகளில் இதுவும் ஒன்று. 1994ல் இதிலிருந்து அவர் ஓய்வுபெற்றார்.

Rosa María Fernández Sofía என்பவர் ஆல்பர்ட்டோவுடன் நேர்காணல் மேற்கொண்டு ஒரு புத்தகத்தைத் தொகுத்திருக்கிறார். அந்த ஸ்பானிஷ் புத்தகத்தின் தலைப்பு 'சே என்னை நம்பினார்.'

புரட்சிக்குப் பிந்தைய க்யூபாவில் நடைபெற்ற அரசியல், சமூக மாற்றங்களைத் தொடர்ந்து கவனித்து வந்தார். அதேபோல் சே குவேரா குறித்து அறிய விரும்புபவர்களுக்கு ஒரு தொடர்பு புள்ளியாகவும் திகழ்ந்தார். 'ஏன் சே குவேராமீது மக்களுக்கு ஆர்வம் அதிகரித்துக்கொண்டே செல்கிறது?' ஒரு தொலைக்காட்சி நிகழ்ச்சியில் ஆல்பர்ட்டோவிடம் கேட்கப்பட்டபோது அவர் பதிலளித்தார். 'ஏனென்றால் அவர் தான் உண்மை என்று நம்பியதற்காகப் போராடினார், தன் உயிரைத் துறந்தார்.'

இனி வரும் காலங்களில் சே மீதான ஈர்ப்பு இன்னமும் அதிகரிக்கும் என்கிறார் கிரானடோ. குறிப்பாக, இளைய சமுதாயத்தினரின் விருப்பத்துக்குரிய கதாநாயகராக சே மாறுவார் என்கிறார். அவரைப் பின்பற்றவும் அவர்கள் விரும்புவார்கள். ஏன்? 'இனி வரும் காலங்களில் பல நாடுகளில் ஊழல் வாதிகள்தான் ஆட்சி நடத்திக்கொண்டிருப்பார்கள். அத்தகைய சூழலில் சேவின் ஆளுமை தொடர்ந்து வலுவடையும்... இன்னொன்றையும் சொல்லியாகவேண்டும். சே கடவுள் அல்ல. அவரைப் புகழ்ந்துகொண்டே இருக்கவேண்டியதில்லை. செய்ய வேண்டியதெல்லாம் அவரைப் பின் பற்றுவதுதான். நாம் என்ன செய்தாலும் அவரைப் போல நம்மை முழுமை யாக அதில் ஈடுபடுத்திக்கொள்ள வேண்டும்.'

எர்னஸ்டோவுடனான அவர் பயணக் குறிப்புகள் (Travelling with Che Guevara: The Making of a Revolutionary) 1978ல் வெளிவந்தது. ஆங்கில மொழிபெயர்ப்பு 2003ல் வெளியானது. மோட்டார் சைக்கிள் பயணத்தை அடிப்படையாகக்கொண்டு அதே பெயரில் வால்டர் சாலெஸ் தயாரித்த திரைப்படத்தில் கிரானடோ ஆலோசகராகச் செயல்பட்டார். இதற்காக, படக்குழுவினருடன் எண்பது வயது கிரானடோ அர்ஜெண்டினாவுக்கும் ஆந்திய மலைத் தொடருக்கும் அமேசானுக்கும் இன்னொருமுறை பயணம் மேற்கொண்டார். ஒரே ஒரு காட்சியில் கிரானடோ தோன்றவும் செய்தார்.

சான் பாப்லோ தொழுநோய் மருத்துவமனைக்குச் சென்றபோது ஆல்பர்ட்டோ உணர்ச்சிவசப்பட்டார். ஐம்பது ஆண்டுகளுக்கு முன்பு அவர் வந்தபோது கண்ட நோயாளிகள் சிலர் இன்னமும் அங்கு இருந்தனர். 'அவர்கள் என்னை இன்னமும் நினைவில் வைத்திருந்ததைக் கண்டு வியந்து போனேன். நான் முதலில் பார்த்தபோது அவர்களில் சிலருக்கு 14 அல்லது 15 வயதிருக்கும். இப்போது என்னைப் பார்த்து உற்சாகத்துடன் அவர்கள் கையசைத்தனர்.' கிரானடோவுக்கு நிறையவே வருத்தமும் ஏற்பட்டது. 'பல இடங்களில் நிலைமை இன்னமும் மாறவேயில்லை. கிராமங்கள் அப்படியே இருந்தன. மக்கள் அதேபோல் ஏழைகளாகவே இருந்தனர்.'

மார்ச் 5, 2011 அன்று தனது எண்பத்து எட்டாவது வயதில் ஆல்பர்ட்டோ கிரானடோ இறந்து போனார்.

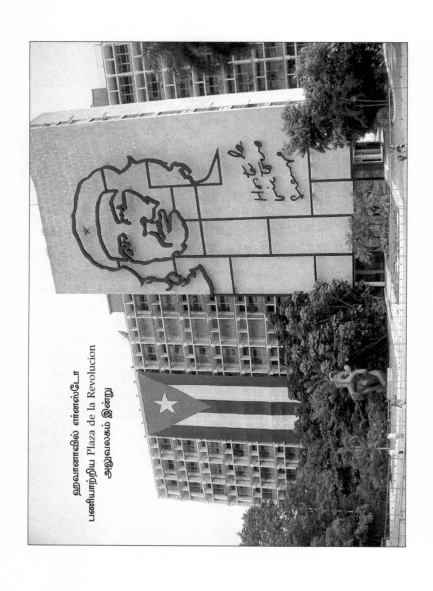

ஹவானாவில் எர்னஸ்டோ
பணியாற்றிய Plaza de la Revolucion
அலுவலகம் இன்று

பயணம் ஆரம்பம்

I

சே குவேரா என்னும் புரட்சியாளராக எர்னஸ்டோ உருவானதற்குக் காரணம் அவரது மோட்டார் சைக்கிள் பயணமா என்னும் கேள்வியை எழுப்பி சிலர் விடை காண முயல்கிறார்கள். மோட்டார் சைக்கிள் பயணமே சே குவேராவை ஒரு மார்க் சிஸ்டாக மாற்றியது என்பது சிலருடைய வாதம். அப்படிச் சொல்லமுடியாது, ஆனால் மோட்டார் சைக்கிள் பயணம் அவர் மார்க்சிஸ்டாக மாறியதற்கு ஒரு தொடக்கப்புள்ளியாக அமைந்தது என்கிறார்கள்.

ஒன்று நிச்சயம். மோட்டார் சைக்கிள் பயணம் லத்தீன் அமெரிக்காவையும் அதன்மூலம் ஒரு புதிய உலகையும் எர்னஸ்டோவுக்குத் திறந்து காட்டியது. ஒரு புரட்சியாளராக எர்னஸ்டோ வளர்ச்சிபெற்ற தற்குக்குக் காரணம் ஃபிடல் காஸ்ட்ரோ என்றால் ஃபிடல் காஸ்ட்ரோவை அவர் கண்டது ஒரு பயணத் தின்மூலம்தான்.

ஃபிடல் காஸ்ட்ரோவுடனான தனது முதல் சந்திப்பை சே குவேரா இப்படிப் பதிவு செய்திருக்கிறார். 'நான் ஃபிடலுடன் முழு இரவும் பேசினேன். சூரியன் உதித்தபோது, நான் அவரது எதிர்காலப் பயணத்தின் மருத்துவராக இருந்தேன். உண்மையில் லத்தீன் அமெரிக்காவின் ஊடே நடந்து இறுதியில் கவுதிமா லாவில் முடிவடைந்த நீண்ட பயணத்தின் அனுபவ ங்களுக்குப் பிறகு, சர்வாதிகாரத்துக்கு எதிரான ஒரு புரட்சியில் சேர என்னைப் பெரிதாக ஒன்றும் நிர்ப் பந்திக்க வேண்டியதில்லை.'

24

1954ல் மெக்சிகோவில் ஃபிடல் காஸ்ட்ரோவும் எர்னஸ்டோவும் முதல் முறையாகச் சந்தித்துக்கொண்டபோது அவர்களுடைய பாதைகள் ஒன்றிணைந்தன. ஒரு வழக்கறிஞராக, துடிப்பான க்யூப இளைஞராக இருந்தார் ஃபிடல் காஸ்ட்ரோ. க்யூபாவில் செனட்டில் அங்கமேற்க முயன்று தோற்றுப்போயிருந்தார். பாடிஸ்டாவின் ஆட்சியை ஒரு ராணுவ எழுச்சியின் மூலம் அடக்க முயன்று தோற்றுப்போயிருந்தார். மொன்கடா தளத்தின்மீது ஆயுதத் தாக்குதல் நடத்தி தோற்று, தன் நண்பர்களை இழந்து, பிடிபட்டு 15 ஆண்டு சிறைத் தண்டனை விதிக்கப்பட்டார். எர்னஸ்டோவைச் சந்திப்பதற்குச் சில வாரங்கள் முன்புதான் அவர் விடுதலை செய்யப்பட்டிருந்தார்.

பெரான் அரசாங்கத்தின் ரகசிய காவல் படையிடம் இருந்து தப்பிக்க அர்ஜெண்டினாவில் இருந்து வெளியேறிய எர்னஸ்டோ கவுதிமாலாவில் உள்ள அர்ஜெண்டினா தூதரகத்தில் தஞ்சமடைந்தார். கவுதிமாலாவில் அப்போது பாபுலர் ஃபிரண்டைச் சேர்ந்த ஜாகோபோ அர்பென்ஸ் ஆட்சியில் இருந்தார். எர்னஸ்டோ தங்கியிருந்தபோது அவர் கண்முன்னால் அர்பென்ஸின் அரசு சிஐஏவால் நேரடியாகக் கவிழ்க்கப்பட்டது.

ஆட்சிக் கவிழ்ப்புக்கான காரணத்தை சைமன் ரீட், ஹென்றி இருவரும் தங்கள் நூலில் (தமிழில் : பிடல் சே புரட்சிகரமான நட்பு, பாரதி புத்தகாலயம்) பதிவு செய்துள்ளனர். 'இடதுசாரியான ஜாகோபோ அர்பென்ஸ் அதிபராகி இரண்டாண்டுகள் ஆகி இருந்தன. அந்தச் சிறிய மத்திய அமெரிக்க நாட்டின் மெய்யான அதிபராகத் தன்னைக் கருதி வந்த மிகப் பெரிய அமெரிக்க நிறுவனமான யுனைட்டெட் ஃப்ரூட்ஸ் கம்பெனி, நாட்டை கவனமாகப் பார்த்துக்கொண்டிருந்தது. முன்னாள் ராணுவ துணை லெப்டினண்டான அர்பென்ஸ் தென் அமெரிக்காவில் ஊடுருவதற்கான வட அமெரிக்காவின் ரியோ பாதுகாப்பு ஒப்பந்தத்தில் கையெழுத்திட ஏற்கெனவே மறுத்திருந்தார். 1952 ஜூனில் யுனைடெட் ஃப்ரூட்ஸின் நிலங்களைப் பறிமுதல் செய்ததிலிருந்து அவரை அமெரிக்கா தொல்லையாகக் கருதி வந்தது. அங்கு கம்யூனிச ஊடுருவல் பற்றி பேச்சு அடிபட்டது. அர்பென்ஸைக் கவிழ்க்கத் திட்டங்கள் தீட்டப்பட்டன.'

ஒரு ஜனநாயக நாட்டில் நிகழ்த்தப்பட்ட இந்த ஆட்சிக் கவிழ்ப்பு எர்னஸ்டோவின் மனத்தில் தீராத வடுவை ஏற்படுத்தியது. இறையாண்மை என்பதன் பொருள் என்ன? சுதந்தரம் என்பது என்ன? மேலாதிக்கம் புரியும் ஒருவரை யாரும் எதுவும் செய்துவிடமுடியாதா? அச்சத்தில்தான் மக்கள் என்றென்றும் வாழ்ந்துகொண்டிருக்கவேண்டுமா? அர்ஜெண்டினா, பொலிவியா, சிலி, கவுதிமாலா என்று லத்தீன் அமெரிக்கா முழுவதிலும் உள்ள மக்களின் கதி என்ன? அவர்களுடைய ஏழைமையை எப்படிப் போக்குவது? ஒன்று, ஆட்சியாளர்கள் தங்கள் குடிமக்களுக்கு எதிராக இருக்கிறார்கள். அல்லது, அமெரிக்கா போன்ற அயல் எதிரி மூலம் குடிமக்களும் அரசும் அச்சுறுத்தப்படுகின்றன. லத்தீன் அமெரிக்கா இதிலிருந்து விடுபடப்போவது எப்போது?

ஃபிடல் காஸ்ட்ரோ க்யூபாவின் விடுதலை குறித்தும் எர்னஸ்டோ லத்தீன் அமெரிக்காவின் விடுதலை குறித்தும் சிந்தித்துக்கொண்டிருந்தனர்.

மெக்சிகோ, அதிருப்தியாளர்கள், அரசியல் எதிர்ப்பாளர்களின் புகலிடமாக மாறியது. அடுத்த ஒன்றரை ஆண்டுகள் ஃபிடலும் எர்னஸ்டோவும் மெக்சிகோவில் இருந்தபடி விரிவாகத் திட்டமிட்டனர். இரண்டு ஆண்டுகள் கழித்து, டிசம்பர் 2, 1956 அன்று காஸ்ட்ரோ குழுவினரில் ஒருவராக க்யூபா சென்றடைந்தார் எர்னஸ்டோ. ஒரு மருத்துவராகவும் இயக்கத்தின் சிந்தாந்த வாதியாகவும் ராஜதந்திரியாகவும் ஃபிடல் காஸ்ட்ரோவின் கமாண்டராகவும் எர்னஸ்டோ படிப்படியாக உயர்ந்தார். பாடிஸ்டா க்யூபாவைவிட்டு ஓடிப் போனதற்குக் காரணமான சாண்டா கிளாரா யுத்தத்தின் சூத்திரதாரி சே. 1959ல் க்யூபப் புரட்சி வெற்றி பெற்றதைத் தொடர்ந்து, புரட்சிகர ராணுவத்தில் கல்வித்துறையின் தலைவராக சே நியமிக்கப்பட்டார். அதே ஆண்டு நவம்பர் மாதம் தேசிய வங்கியின் தலைவராகவும் தொழில்துறை அமைச்சராகவும் சே நியமனம் செய்யப்பட்டார்.

வந்து குவிந்த பதவிகளையும் அங்கீகாரங்களையும் ஒரு பக்கம் நகர்த்தி வைத்துவிட்டு விடைபெற்றார் சே. அவரைப் பொருத்தவரை அவருடைய பணி நிறைவடைந்துவிட்டது. க்யூபா குறித்து இனி கவலைப்படவேண்டிய தில்லை. ஃபிடல் இருக்கிறார், பார்த்துக்கொள்வார். ஆனால், லத்தீன் அமெரிக்கா என்பது க்யூபா மட்டுமல்லவே. அதனால்தான் ஃபிடலிடம் முன் கூட்டியே சே சொல்லி வைத்திருந்தார். நான் உங்களுடன் வருவேன், உங்கள் பின் நிற்பேன், க்யூபாவுக்காக என்னால் முடிந்ததைச் செய்வேன். ஆனாலும் ஒரு கட்டத்தில் நான் உங்களைப் பிரியவேண்டியிருக்கும். முழு விடுதலை பெற்றாகவேண்டும் எனக்கு. லத்தீன் அமெரிக்கா முழுமைக்குமான விடுதலை. என் போராட்டம் க்யூபாவோடு முற்றுப்பெறுவதை நான் விரும் பவில்லை. நான் விடைபெற வேண்டிய தருணத்தில் நீங்கள் என்னைத் தடுக் கக்கூடாது.

II

தனது கெரில்லா போர்முறை நூலில் சே குவேரா இப்படி எழுதுகிறார். ‘லத்தீன் அமெரிக்க நாடொன்றில் ஆயுதம் தாங்கிய புரட்சியை மேற்கொள்ள முப்பது முதல் ஐம்பது நபர்கள் இருந்தால் போதும்.’ இந்தக் கணிப்பு தவறாகிப்போனது. பொலிவியாவில் சே பிடிபட்டார்.

அர்ஜெண்டினாவைப் போலவே பொலிவியாவும் ஏழைமையாலும் போதாமைகளாலும் ஏற்றத்தாழ்வுகளாலும் நிறைந்த ஒரு லத்தீன் அமெரிக்க நாடு. க்யூபாவில் இருந்தபடி பொலிவியாவைக் கவனித்துக்கொண்டிருந்தார் சே. க்யூபாவில் நிகழ்த்தப்பட்டதைப் போன்ற ஓர் ஆயுதப் புரட்சியை பொலிவியாவிலும் ஏற்படுத்தினால் என்ன என்று நினைத்தார்.

பொலிவியாவில் புரட்சியை ஏற்படுத்திவிடமுடியும் என்று சே கனவு கண்டது தவறு என்று சிலர் வாதிடுகிறார்கள். க்யூபாவில் வெற்றி பெற்றதைப் போல் பிற லத்தீன் அமெரிக்க நாடுகளிலும் வெற்றியை ஈட்டிவிடமுடியும் என்னும் சேவின் கணிப்பு அவர் உயிரையே பறித்துவிட்டது என்றும் சொல்லப்படுகிறது. சே குவேராவைப் பொருத்தவரை அன்று என்ன

தேவையோ அதை நிறைவேற்றுவதில்தான் அவர் அக்கறை காட்டினார். அறுபதுகளின் அரசியல், சமூகச் சூழல் சரியில்லை என்பதை அவர் உணர்ந்து கொண்டார். இந்தச் சூழலை மாற்றவேண்டும் என்று துடித்தார். புரட்சியின் மூலம் மட்டுமே அடிப்படை மாற்றங்களை ஏற்படுத்தமுடியும் என்று நம்பினார். இதை எப்படித் தவறு என்று சொல்லமுடியும்?

ஆண்டர்சனின் கருத்தும் இதுவேதான். 'பொலிவியாவில் இறுதிக்கட்டத்தில் சில தவறுகள் நிகழ்ந்தன. உண்மைதான். ஆனால், புரட்சி பொலிவியாவில் தான் நடைபெறவேண்டும் என்று சே முடிவு செய்ததில் தவறில்லை. அர்ஜெண்டினாவில் ஆட்சி மாற்றம் நிகழவேண்டும் என்று அவர் விரும்பிய திலும், நம்பியதிலும் தவறில்லை.' பொலிவியாவிலும் அர்ஜெண்டினா விலும் க்யூபாவில் நடைபெற்றதைப் போன்ற புரட்சிகர மாற்றம் நிகழ வில்லை என்பதற்கு அவர் எப்படிப் பொறுப்பாவார்?

அர்ஜெண்டினாவில் பெரானுக்குப் பிறகு ஆட்சிக்கு வந்தவர், கார்லோஸ் மெனெம். 1990கள் முழுக்க இவரே ஆட்சியில் இருந்தார். இவர் ஆட்சியில் அர்ஜெண்டினா ஓரங்குலம்கூட முன்னேறவில்லை என்பது மட்டுமின்றி பல அடிகள் பின்னால் சென்றது. ஊழல், ஆயுத ஒப்பந்தத்தில் லஞ்சம், ஒரு வெடி குண்டு வழக்கில் சாட்சியங்களை மறைத்தது உள்ளிட்ட அடுக்கடுக்கான குற்றச்சாட்டுகள் அவர்மீது சுமத்தப்பட்டன. சே இறந்து முப்பது ஆண்டுகள் கழிந்தும் அர்ஜெண்டினா அரசியலில் முன்னேற்றம் இல்லை என்பதற்கு இது ஓர் உதாரணம் மட்டுமே.

இந்தப் பின்னணியில்தான் அர்ஜெண்டினாவில் ஒரு கெரில்லா இயக்கத்தைக் கட்டியமைத்து அரசைத் தூக்கியெறிய சே முயன்றார். ஜூன் 2010ல் ஒரு நேர்காணலில் ஜான் லீ ஆண்டர்சன் இதை வலியுறுத்தினார். 'அன்றும் சரி, இன்றும் சரி அர்ஜெண்டினாவில் இறையாண்மை பொருந்திய அரசு என்றொன்று இருக்கவில்லை.' அர்ஜெண்டினாவைப் பொருத்தவரை சே செய்த தவறு, ஜார்ஜ் மசெட்டி என்பவரைக் கெரில்லா கூட்டத்தின் தலைவ ராகத் தேர்வு செய்தது. துப்பாக்கி கையில் கிடைத்ததும், முன்யோசனையின்றி செயல்பட்ட மசெட்டி, பொறுப்புணர்வுடன் செயல்படாமல், சிறு தவறு களுக்கும் மரண தண்டனை அளித்து சொந்த இயக்கத்தினரிடம் இருந்தே அந்நியப்பட்டுப்போனார். நாளடைவில் மசெட்டி கொல்லப்பட்டது மட்டுமின்றி இயக்கத்தினரும் கொன்றொழிக்கப்பட்டனர். தொடங்குவதற்கு முன்பே அர்ஜெண்டினா புரட்சி பிசுபிசுத்துவிட்டது. இப்படியெல்லாம் நடக்கும் என்று சேவால் எப்படி முன்கூட்டியே அறிந்துகொள்ளமுடியும்?

எதிரிகளிடம் கருணை காட்டவேண்டும், 'காயமுற்ற எதிரியை அக்கறை யுடனும் மரியாதையுடனும் நடத்தவேண்டும்' என்று விரும்பிய சே குவேராவுக்கு அவருடைய எதிரிகள் கருணை காட்டவில்லை.

செப்டெம்பர் 1967. பொலிவியாவில் உள்ள La Higuera என்னும் சிறிய கிராமத்தில் பத்தொன்பது வயது ஜூலியா கோர்டெஸ் முதலும் கடைசி முறையுமாக சே குவேராவைச் சந்தித்தார். சே என்றொரு கெரில்லா

புரட்சியாளர் பிடிபட்டுள்ளார் என்றும் கெரில்லா யுத்தம் முடிவுக்கு வந்துவிட்டது என்றும் பேசிக்கொண்டனர். ஜூலியா ஆசிரியராகப் பணியாற்றிக்கொண்டிருந்த அதே பள்ளிக்கூடத்தில்தான் சேவை அடைத்து வைத்திருந்தார்கள். வெளியில் சிலர் காவலுக்கு இருந்தனர். சே குறித்து ஜூலியா மிகவும் மேலோட்டமாகவே தெரிந்துவைத்திருந்தார். இத்தனை அருகில் உள்ள கெரில்லா வீரரை ஒருமுறை பார்க்கவேண்டும் என்று ஆர்வம் ஏற்பட்டது.

சே பொலிவியக் காடுகளில் கொல்லப்பட்டுவிட்டார் என்று ரேடியோவில் சொல்லிக்கொண்டிருந்தார்கள். காவலர்களை நெருங்கினார் ஜூலியா.

'என்ன ஜூலியா, சேவை பார்க்க வேண்டுமா?'

'ஆமாம். ஒரே ஒருமுறை பார்த்துவிட்டுச் சென்றுவிடுகிறேன்.'

அவர்கள் கதவைத் திறந்துவிட்டார்கள். உள்ளே நுழைந்ததும் சே நிமிர்ந்து அவரை ஒருமுறை பார்த்தார். ஜூலியா சேவின் கண்களை நேருக்கு நேராகச் சந்தித்தார். அவருக்கு அதிர்ச்சியாக இருந்தது. கரடுமுரடான ஒரு முரடனைக் காண்போம் என்று ஜூலியா எதிர்பார்த்திருந்தார். தான் கண்ட உருவத்தைக் கண்டதும் சட்டென்று மின்னல்போல் மகிழ்ச்சி உள்ளுக்குள் படர்ந்தது. அதே சமயம் அவர் இருந்த நிலை கண்டு வருத்தம் ஏற்பட்டது.

ஏன் சண்டையிட்டீர்கள் என்று ஜூலியா கேட்டபோது சே பதிலளித்திருக் கிறார். நீ அழகாக இருக்கிறாய் என்றும் சொல்லியிருக்கிறார். நான் மோச மானவன் என்று பொலிவியாவில் உள்ளவர்கள் நினைக்கிறார்கள் என்று வருத்தப்பட்டிருக்கிறார். உணவு கேட்டிருக்கிறார். தன் இடத்திலிருந்து சூப் கொண்டு வந்து கொடுத்தார் ஜூலியா. அவரையே வைத்த கண் வாங்காமல் பார்த்தபடி நின்றுகொண்டிருந்தார் ஜூலியா. 'அப்போது அவர் என்னைப் பார்த்த ஒரு பார்வை என் மனத்தில் பச்சை குத்தியதுபோல் அழுத்தமாகப் பதிவாகிவிட்டது.'

'நான் அறையைவிட்டு வெளியேறி நடக்கத் தொடங்கினேன். சில நிமிடங் களில் துப்பாக்கி வெடிக்கும் சத்தம் கேட்டது. நான் ஓடினேன். கதவு திறந்திருந்தது. சேவின் உடல் படுக்கவைக்கப்பட்டிருந்தது. கண்கள் திறந்திருந்தன. அவர் கதவைத்தான் பார்த்துக்கொண்டிருந்தார். இல்லை, என்னைத்தான் பார்த்துக்கொண்டிருந்தார். ஏதேனும் அசைவு இருக்கும் என்று பார்த்தேன். கண்களைச் சிமிட்டுவார் என்று காத்திருந்தேன். நடக்கவில்லை. அவர் முகம் இயேசு நாதரை நினைவுபடுத்தியது.'

III

மருத்துவக் கல்லூரியில் சேருவதற்கு முன்பே மார்க்ஸ்மீது எர்னஸ்டோவுக்கு தீராத ஆர்வம் இருந்தது. ஸ்டாலின் மற்றும் லெனினின் எழுத்துகள் வாயிலாகவும் மார்க்ஸை அணுகிய எர்னஸ்டோ ஒரு கட்டத்தில் நேரடி யாகவே மூலதனத்தைக் கற்க ஆரம்பித்தார். கம்யூனிஸ்ட் கட்சி அறிக்கையை

அவர் வாசித்திருந்தார். சமூக வர்க்கங்கள் குறித்து ஜேக் லண்டன் எழுதியதையும் பிரெஞ்சு மொழியில் லெனினின் வாழ்க்கை வரலாறையும் அவர் முன்னதாக வாசித்திருந்தார். தனது குறிப்பேடுகள் ஒன்றில் மார்க்ஸின் வாழ்க்கை மற்றும் தத்துவம் குறித்து சிறிது சிறிதாகப் பல குறிப்புகளை எழுதி வைத்திருந்தார். R.P. Ducatillon எழுதிய Communism and Christianity என்னும் நூலில் இருந்து இந்தக் குறிப்புகளை அவர் சேகரித்திருந்தார். 1965ல் ஆப்பிரிக்காவில் தலைமறைவாக இருந்த சமயத்தில் மார்க்ஸ் வாழ்க்கை வரலாறுக்கான விரிவான குறிப்புகளை உருவாக்கினார். இவற்றை ஒரு புத்தகமாக விரித்து எழுதவேண்டும் என்னும் கனவு இறுதிவரை நிறைவேறவில்லை. (இந்தக் குறிப்புகளை ஒரு புத்தகமாக லெஃப்ட்வர்ட் வெளியிட்டுள்ளது).

சோஷலிசம் குறித்து இவ்வளவு ஆர்வம் இருந்தபோதும் முறைப்படி இடதுசாரி இயக்கம் எதிலும் அவர் இணையவில்லை. கல்லூரியில் பயின்ற காலகட்டத்திலும்கூட அரசியல் விவாதங்களில் கலந்துகொண்டு இடதுசாரி சிந்தனைகள் தெறிக்கும்படியாக எதுவும் பேசியதாகக் குறிப்புகள் இல்லை.

'இறக்கும்வரை சே தொடர்ந்து வளர்ச்சியடைந்துகொண்டே இருந்தார்' என்கிறார் ஆண்டர்சன். தொடர்ந்து பயணம் செய்துகொண்டே இருந்தார் என்றும் சேர்த்து சொல்லலாம். மோட்டார் சைக்கிள் பயணம் மேற்கொண்டவரும், ஃபிடல் காஸ்ட்ரோவைச் சந்தித்தவரும், கிரான்மா கப்பலில் பயணம்செய்தவரும், 1967ல் பொலிவியாவில் கொல்லப்பட்டவரும் வெவ்வேறானவர்கள். சிந்தனையோட்டம், அணுகுமுறை, வாழ்க்கையைத் தரிசித்த விதம், நிகழ்வுகளைப் புரிந்துகொண்ட தன்மை, மதிப்பிடும் ஆற்றல் அனைத்துமே தொடர்ச்சியான மாற்றங்களைச் சந்தித்து வந்தன. க்யூபப் புரட்சியின்போது துப்பாக்கியைத் தோளில் சாய்த்துகொண்டு நடைபோட்ட சே குவேரா பொலிவியாவில் கொல்லப்பட்டவில்லை. பொலிவியாவில் கொல்லப்பட்ட சே, 'அந்த அளவுக்குத் தீவிரத்தன்மை' கொண்டிருக்கவில்லை என்கிறார் ஆண்டர்சன்.

கார்ல் மார்க்ஸ், எங்கெல்ஸ், லெனின், மாவோ போன்றோரை கற்கும்போது, நாம் சில கேள்விகளை எழுப்பி அவற்றுக்கு அவர்களிடம் இருந்து விடை காண முயற்சி செய்வோம்.சே குவேராவை அப்படி அணுகுவது சாத்தியமில்லை. உதாரணத்துக்கு, அர்ஜெண்டினா குறித்து சே என்ன நினைத்தார் என்பதைக்கூட திட்டவட்டமாகச் சொல்வதற்கில்லை. பெரான் ஆட்சியை சே எப்படி மதிப்பிட்டார் என்பதைக் கண்டறிவது சுலபமல்ல. ஏகாதிபத்தியம் குறித்தும் முதலாளித்துவம் குறித்தும் புரட்சி குறித்தும், வன்முறை குறித்தும், வர்க்கப் போராட்டம் குறித்தும் எர்னஸ்டோவிடம் இருந்து சித்தாந்தப்பூர்வமாகக் கற்பதில் ஒருவருக்குச் சிக்கல்கள் நேர்வதைத் தடுக்க முடியாது. தகவல் போதாமையையும் முரண்பாடுகளையும் தவிர்க்க முடியாது. கொல்லப்பட்டபோது சே குவேராவின் வயது 39 என்பதை நாம் நினைவில் வைத்துக்கொள்ளவேண்டும். அப்போது அவர் வளர்ந்து

கொண்டும் உருமாறிக்கொண்டும் செழுமையடைந்து கொண்டும் இருந்தார். ‘அவர் இன்னமும்கூட நிறையவே மாறியிருப்பார்.’ என்கிறார் ஆண்டர்சன்.

நடுத்தர வயதுக்கே உரிய சில பண்புகளை சே பெற்றிருந்தார் என்கிறார் ஆண்டர்சன். அவருக்கு சந்தேகங்கள் இருந்தன. வரித்துக்கொண்ட லட்சியத்திலோ சித்தாந்தத்திலோ அல்ல, அதை நடைமுறைப்படுத்துவதில் உள்ள சாத்தியங்களில்.

IV

சேகுவேரா தன் மகளைவிட்டு க்யூபாவுக்குப் பிரியும்போது அலெய்டா குவேராவுக்கு நான்கரை வயது. சுட்டுக்கொல்லப்படுவதற்கு முன்பு ஒரே ஒருமுறை தன் தந்தையைக் காணும் வாய்ப்பு அலெய்டாவுக்குக் கிடைத்தது. அப்போது அலெய்டா க்யூபாவில் இருந்தார். சே ஆப்பிரிக்கப் பயணத்தில் ஈடுபட்டிருந்தார். ஆப்பிரிக்காவிலும் பின்னர் பொலிவியாவிலும் புரட்சிகர சூழலை ஏற்படுத்தும் முயற்சியில் அவர் ஈடுபட்டு வந்ததால், சே தீவிரமாகப் பலரால் தேடப்பட்டு வந்தார். தன் குடும்பத்தினரை ஒருமுறை காணவேண்டும் என்று சே விரும்பினார். சேவையும் அவர் குடும்பத்தினரையும் யாரும் அடையாளம் கண்டுவிடக்கூடாது என்பதில் காஸ்ட்ரோ கவனமாக இருந்ததால் மாறுவேடத்தில் ரகசியமாக வந்து செல்லுமாறு சேவை அவர் கேட்டுக்கொண்டார். அதற்குப் பிறகு நடந்ததை அலெய்டாவே விவரிக்கிறார்.

‘சாப்பிட்டு முடித்தும் நான் கீழே விழுந்தேன். தலையில் அடிபட்டுவிட்டது. உடனே அந்த மனிதர் என்னை அள்ளியெடுத்து, கட்டியணைத்துக் கொண்டார். எனக்கு உடனே வைத்தியமும் செய்தார். அந்த நொடி நான் பாதுகாப்பான கரங்களில் இருப்பதாக உணர்ந்தேன். முழுமையான வாஞ்சையுடன் என்னை அவர் பாதுகாத்ததுபோல் உணர்ந்தேன். அதற்குப் பிறகு என் அம்மாவிடம், அம்மா இந்த மனிதர் என்னைக் காதலிக்கிறார் போலிருக்கிறது என்று சொன்னேன். என்னுடைய குழந்தைத்தனமான வார்த்தைகளைக் கேட்டு அம்மா சிரித்துவிட்டார். பாருங்கள், எனக்கு ஐந்து வயதுகூட ஆகவில்லை. ஆனால், இந்த மனிதர் என்னை ஆழமாக நேசித்தார் என்பதை என்னால் உணரமுடிந்தது. ஆனால் அவர் என் தந்தை என்று எனக்குத் தெரியாது. அவரும் சொல்லவில்லை.’

ஆனால், தான் விடைபெறப்போவதை ஃபிடல் காஸ்ட்ரோ மூலம் அனைவருக்கும் தெரிவித்தார் சே.

‘...க்யூபப் புரட்சியோடு என்னைப் பிணைத்த அந்தக் கடமையை நான் நிறைவு செய்துவிட்டேன் என்று நினைக்கிறேன்... கட்சித் தலைமைப் பொறுப்பு, அமைச்சர் பொறுப்பு, கமாண்டர் பதவி, க்யூபக் குடியுரிமை அனைத்திலிருந்தும் நான் ராஜிநாமா செய்கிறேன். சட்டப்பூர்வமாக எதுவும் என்னை க்யூபாவுடன் பிணைக்காது. எனது பிணைப்பு வேறு மாதிரியானது. பதவி நியமனங்கள்போல் முறிக்க முடியாதது.

என் வாழ்வைத் திரும்பிப் பார்க்கும்போது, நான் புரட்சியின் வெற்றியை வலுப்படுத்தப் போதுமான நேர்மையுடனும், விசுவாசத்துடனும் உழைத் திருக்கிறேன் என்று நம்புகிறேன்... நான் மகத்தான வாழ்வு வாழ்ந்திருக் கிறேன்... உங்களைப் (ஃபிடல் காஸ்ட்ரோ) பின்தொடர்ந்ததில், கொள்கை களையும் ஆபத்துகளையும் அடையாளம் காண்பதிலும், அவற்றைச் சீர் தூக்கிப் பார்ப்பதிலும் உங்கள் வழியை அடையாளம் கண்டுகொண்டதில் நான் பெருமைப்படுகிறேன்.

உலகின் மற்ற நாடுகளுக்கு என் எளிய உதவிக்கான முயற்சிகள் தேவைப் படுகின்றன. க்யூபாவின் தலைவரான உங்களுக்கு மறுக்கப்பட்ட வாய்ப்பு எனக்குக் கிடைத்துள்ளது. நாம் பிரிவதற்கான நேரம் வந்துவிட்டது.

இதை நான் மகிழ்ச்சியும், துக்கமும் கலந்த உணர்வோடு தான் செய்கிறேன் என்பதை நீங்கள் அறியவேண்டும் என்று விரும்புகிறேன். எனது பரிசுத்த மான நம்பிக்கைகளையும் எனக்குப் பிரியமானவர்களையும் இங்கு விட்டுச் செல்கிறேன். என்னை ஒரு மகனாகக் கருதிய மக்களை விட்டுச் செல்கிறேன். அது என் ஆன்மாவை வேதனைப்படுத்துகிறது. நீங்கள் கற்றுத் தந்த கொள் கையை, என் மக்களின் புரட்சிகர உணர்வை, மிகப் புனிதமான கடமைகளை நிறைவேற்ற வேண்டும் என்ற உணர்வை நான் புதிய போர்க்களங்களுக்கு எடுத்துச் செல்கிறேன். ஏகாதிபத்தியம் எங்கிருந்தாலும் அதை எதிர்க்கச் செல் கிறேன். இதுதான் என் ஆழமான காயங்களை ஆற்றுகிறது.'

பின்னிணைப்புகள்

பயணத்தடம்

ஜனவரி 1, 1952 அன்று எர்னஸ்டோ குவேரா டி லா ஸெர்னா, ஆல்பர்ட்டோ கிரானடோ இருவரும் இணைந்து தென் அமெரிக்காவில் மேற்கொண்ட பயணம், செப்டெம்பர் 26, 1952 அன்று நிறைவடைந்தது. ஒன்பது மாத காலம் நீடித்த இந்தப் பயணம் அவர்களை சிலி, பெரு, கொலம்பியா, வெனிசுலா, மியாமி ஆகிய பகுதிகளுக்கு இட்டுச் சென்றது. மொத்தப் பயண தூரம் 11,722 மைல் (18,865 கிலோ மீட்டர்). பயணத்தின் முக்கியத் தடங்கள்:

அர்ஜெண்டினா

ஜனவரி 1, 1952

1. San Francisco, Santa Fe Province
2. Buenos Aires, Capital Federal
3. Miramar, Buenos Aires Province
4. San Carlos de Bariloche, Río Negro Province, Argentina

சிலி

பிப்ரவரி 14, 1952

5. Osomo, Chile
6. Valdivia, Los Ríos Region
7. Temuco, Araucanía Region
8. Santiago, Santiago Metropolitan Region
9. Valparaiso, Valparaíso, Valparaíso Region
10. Antofagasta, Antofagasta Region
11. Chuquicamata, Calama, Antofagasta Region

பெரு

மார்ச் 1, 1952

12. Tacna, Peru
13. Torata
14. Juliaca
15. Cuzco
16. Machu Pichu
17. Abancay
18. Huancarama
19. Andahuaylas District
20. Lima
21. Pucallpa
22. Iquitos
23. San Pablo de Loreto

கொலம்பியா

ஜூலை 1952

24. Leticia, Amazonas
25. Bogotá

வெனிசூலா

ஜூலை 1952

26. Caracas

மியாமி

ஜூலை 1952

27. Miami

அர்ஜெண்டினா

செப்டெம்பர் 1952

28. Buenos Aires, Argentina

ஆதாரங்கள்

புத்தகங்கள்

- கனவிலிருந்து போராட்டத்திற்கு, எர்னஸ்டோ சே குவேரா, தமிழில்: எஸ். பாலச்சந்திரன், விடியல் பதிப்பகம்
- பிடல் - சே புரட்சிகரமான நட்பு, சைமன் ரீட்-ஹென்றி, தமிழில்: ச. சுப்பாராவ், பாரதி புத்தகாலயம்
- சே குவேராவும் சோசலிச பொருளாதாரமும், ஜாக் பார்ன்ஸ், ஸ்டீவ் கிளார்க், தமிழில்: அமரந்தா, நியூ செஞ்சுரி புக் ஹவுஸ்
- பொலிவிய நாட்குறிப்பு - சே குவேரா, தமிழில்: அமரந்தா, தாமரைச் செல்வி பதிப்பகம்
- ஃபிடல் காஸ்ட்ரோ : நேருக்கு நேர், தொமாஸ் போர்ஹே, தமிழில்: அமரந்தா, புதுமலர்
- சே குவேரா : வாழ்வும் மரணமும், ஜோர்ஜ் ஜி. காஸ்டநாடா, தமிழில்: எஸ். பாலச்சந்திரன், விடியல் பதிப்பகம்
- எனது இளமைக் காலங்கள், ஃபிடல் காஸ்ட்ரோ, தமிழில்: கி. ரமேஷ், பாரதி புத்தகாலயம்
- சே குவேரா : அமெரிக்க உளவுத்துறையின் ரகசிய குறிப்பு களின் பின்னணியிலிருந்து, ஜா. மாதவராஜ், பாரதி புத்தகாலயம்
- புரட்சிக்குள் புரட்சி, ரெஜி டெப்ரே, தமிழில் : சிங்கராயர், விழுதுகள் பதிப்பகம்
- The Motorcycle Diaries, Che Guevara, Ocean Press, 2005
- Che Guevara Reader, Writings on Politics and Revolution, Ocean Press, 2005
- Reminiscences of the Cuban Revolutionary War, Che Guevara, Ocean Press, 2005
- The Bolivian Diary, Che Guevara, Ocean Press
- Our America and Theirs, Che Guevara, Ocean Press

- Copper Workers, International Business, and Domestic Politics in Cold War Chile, Angela Vergara, The Pennsylvania State University Press
- Che Guevara - A Revolutionary Life, Jon Lee Anderson, Bantam Books
- Becoming Che, Carlos 'Calica' Ferrer, Leftword
- My Life, Fidel Castro, Edited by Ignacio Ramonet, Translated by Andrew Hurley, Allen Lane
- My Early Years, Fidel Castro, Leftwood Books & Ocean Press
- Inside South America, John Gunther, Pocket Books

கட்டுரைகள்

- http://www.guardian.co.uk/world/2011/mar/07/alberto-granado-obituary
- http://www3.uakron.edu/worldciv/pascher/che.html
- http://www.guardian.co.uk/world/2010/mar/07/row-iconic-image-che-guevara
- http://www.guardian.co.uk/world/2009/jul/22/che-guevara-daughter-aleida
- http://www.marxists.org/archive/guevara/1960/08/19.htm
- http://www.marxists.org/archive/guevara/1965/03/man-socialism-alt.htm
- http://www.marxists.org/archive/guevara/1952/motorcycle-diaries/index.htm
- http://link.springer.com/content/pdf/10.1007%2Fs11837-004-0256-6
- http://www.nytimes.com/2004/10/09/opinion/09guevara.html?_r=3&scp=1&sq=motorcycle+diaries&st =nyt&oref=slogin&oref= slogin&
- http://www.tripline.net/trip/Map_of_Che_   Guevara%27s_ Motorcycle_Diaries-6663666 201441004BFD7D 7A952E2785C
- http://www.zcommunications.org/on-che-guevara-by-jon-lee-anderson
- http://www.foia.cia.gov/docs/DOC_0000258824/DOC_ 0000258824.pdf

---